ஹெலிகாப்டர்கள்
கீழே இறங்கிவிட்டன

இந்திரா பார்த்தசாரதியின் பிற நூல்கள்

நாவல்

கால வெள்ளம்
அக்னி
ஆகாசத் தாமரை
தேவர் வருக
தந்திர பூமி
வெந்து தணிந்த காடுகள்
திரைகளுக்கு அப்பால்
தீவுகள்
சத்திய சோதனை
மாயமான் வேட்டை
குருதிப்புனல்
உச்சி வெய்யில்
கிருஷ்ணா கிருஷ்ணா
வேதபுரத்து வியாபாரிகள்
சுதந்தர பூமி
வேஷங்கள்

நாடகம்

இறுதி ஆட்டம்
ஔரங்கசீப்
கொங்கைத் தீ
பசி
இராமானுஜர்

ஆய்வு - கட்டுரை

தமிழ் இலக்கியங்களில் வைணவம்
என்றுமுள தமிழும் இன்று உள்ள தமிழும்

ஹெலிகாப்டர்கள் கீழே இறங்கிவிட்டன

இந்திரா பார்த்தசாரதி

கிழக்கு

ஹெலிகாப்டர்கள் கீழே இறங்கிவிட்டன

Helicoptergal Keezhe Irangivittana (Novel)

by Indra Parthasarathy ©

Kizhakku First Edition: June 2006
Previous Editions : 1971, 2000
144 Pages

ISBN 978-81-8368-137-7
Title No. Kizhakku 138

Kizhakku Pathippagam
177/103, First Floor,
Ambal's Building, Lloyds Road,
Royapettah, Chennai 600 014.
Ph: +91-44-4200-9603

Email : support@nhm.in
Website : www.nhm.in

Author's Email : nadaadur2k@yahoo.com

Kizhakku Pathippagam is an imprint of New Horizon Media Private Limited

‘‘என்னுடைய இளமையை மீண்டும் வாழ வேண்டுமென்று விரும்புகிறேன்... அதே சிந்தனையை, அதே கற்பனையை அதே செயல் துடிப்பை மீண்டும் நடைமுறையாக்கி வாழமுடியுமா என்பதுதான் என் பரி சோதனை... கடந்துபோன சரித்திரத்தை நிகழ்காலமாக்க இயலுமா என்பதுதான் என் ஆசை. ஒவ்வொரு மனிதனுக்குள்ளும் ஒரு யயாதி ஒளிந்து கொண்டிருக்கிறான்.’’

- நாவலில் இருந்து

ஜெட் வேகப் பாய்ச்சல்

தி. ஜானகிராமன்

இந்தக் கதையைப் படித்து முடித்தவுடன், ஜெட் விமானங்கள் இறங்கிவிட்டன என்று ஆசிரியர் ஏன் தலைப்புக் கொடுக்க வில்லை என்று யோசித்துக் கொண்டிருந்தேன்.

அமிர்தத்தைப் போன்ற மனிதர்களுக்குக் கோழி பறக்கும் உயரம்தான் பறக்க முடியும். டில்லியில் பெரிய ஆபீசராக இருக்கிறாரே என்பதற்காக ஹெலிகாப்டர் என்று ஆசிரியர் சொல்லியிருக்கிறார் போலிருக்கிறது.

அமிர்தத்தின் தர்ம சங்கடம் அல்லது அதர்ம சங்கடம், முக்காலே மூணுவாசி ஆண்களுக்கு ஏற்படுகிற சங்கடம்தான். இது, பெண் களுக்கும் உண்டு. ஆனால், நான் பெண்ணாக இல்லாததால் சதவீதக் கணக்குச் சரியாகத் தெரியவில்லை. இது புதிய சங்கடமும் அல்ல. திலகம் சொல்கிற நாற்பதில் நாய்க்குணம் என்பது பழமொழியாக ஒலிப்பதால், இந்தச் சங்கடமும் பழையது. அதை மனிதர்கள் புரிந்துகொண்டிருப்பதும் பழையது தான் என்று தெரிகிறது.

ஆனால், இந்தக் காலத்து ஆணும் பெண்ணும் அசுர வேகத்திலும் மேலைநாடுகள் சுதந்தரத்தைப் பற்றித் தந்துள்ள புதிய சிந்தனை மரபுகளிலும், தொழில் நாகரிகம் வளர்ந்துள்ள வசதிகளிலும், தான் உண்டு தன் காரியம் உண்டு என்ற பெருநகர்களுக்கு உரித்தான சுயேச்சைகளிலும் வாழ்ந்து வருவதால் இந்தப் பழைய சங்கடம், ஆத்மிக சுதந்தரம், தனிமனித சுதந்தரம் முதலிய பல புதிய பெயர் கொண்ட போர்வைகளைப் போர்த்து இந்தக்

காலத்து மனிதனை அலைக்கழிக்கின்றன. அமிர்தம், டில்லி சமூகத்தின் விழிகளைக் கற்பனை செய்து, கோழையாகி விடுகிறான். அதாவது டில்லியில்கூட சுயேச்சை பலிக்காது. கோழை என்று பானு சொல்கிறாள். ஆனால் கோழைத்தனம், தைரியம் என்ற இரண்டும் என்ன என்று கருக்காகத் தீர்மானிப்பது கஷ்டம்.

இந்த உளைச்சல்களை அப்படியே வரைந்திருக்கிறார் ஆசிரியர். கோழையா, தைரியசாலியா என்ற சந்தேகத்தின் சின்னமாக, கதையின் கடைசி வரியில் டெலிபோன் ஒலிக்கிறது. அதை யார் அடித்திருப்பார்கள்? பானுவா, அவள் அம்மாவா, திலகமா? பிரமையா? - நமக்குத் தெரிய வேண்டியதில்லை. இந்தச் சந்தேகம்தான் சரியான விடை. எது தைரியம், எது கோழைத் தனம் என்ற சந்தேகத்துக்கு ஒவ்வொரு யுகத்திலும், ஒவ்வொரு கணமும் ஒவ்வொரு விடை கிடைக்கும்.

தலைப்பு ஹெலிகாப்டராக இருந்தாலும், எழுத்து ஜெட் வேகத் தில் பாய்கிறது. 1960-க்குப் பிறகு வாசகர்களுக்கு அறிமுகமான சில முன்னணி படைப்பாசிரியர்களில், இந்திரா பார்த்தசாரதிக்கே உரிய தனி வேகம் இது. அழுத்தமும் சிந்தனையாழமும் கலந்த வேகம் அபூர்வமான சேர்க்கை. சிந்தனையாழம் என்றால் படிப்பதற்கு இரும்புக் கடலையாக இருக்க வேண்டிய அவசிய மில்லை; சரளமாக வாசிப்பது, கட்டாயம் கஷ்டமாக இருக்க வேண்டும் என்று அர்த்தமில்லை. இந்திரா பார்த்தசாரதியைப் படிக்கும்போது இது புரியும். இதற்காக அவரை இன்னொரு முறை வாழ்த்த வேண்டும்.

புதிய யுகத்தின் சவால்களைத் தமிழ் எழுத்தாளர்கள் பலர் ஏற்கவில்லை என்று எத்தனையோ பேர் குறை சொல்கிறார்கள். புதிய மாறுதல்களின் புற வடிவுகளைக் காண்பதைவிட அக வடிவங்களைக் கண்டு படைப்பாக மாற்றுவது சிரமமான காரியம். இந்திரா பார்த்தசாரதி, அகவடிவங்களைக் காண்கிறார். அதன் ஆழங்களையும் கண்டு கலை உருக்கொடுக்கிறார்; அபார வெற்றியுடன் கொடுக்கிறார். எதையும் தொழ மறுக்கிற அவருடைய கிண்டலும் தனித்து நிற்கிறபோக்கும் அந்த வெற்றிக்கு உதவுகின்றன.

(1971 - முதல் பதிப்பு முன்னுரை)

1

திலகம் பரபரத்தாள். 'என்ன இப்படி மச மசன்னு உட்கார்ந்திட்டு இருக்கீங்க?... கிளம்பலியா?'

புத்தகத்தில் ஆழ்ந்திருந்த அமிர்தம் நிமிர்ந்து பார்த்தான்.

திலகம் நல்ல கறுப்பு. எதற்காக இப்படி முகத்தை வந்து தாக்கும் ஆவேசமான நிறங் களைத் தேர்ந்தெடுக்கிறாளோ தெரிய வில்லை. ஒரு சிவப்புப் பட்டுப்புடவையை அவசரம் அவசரமாகச் சுற்றிக் கொண்டிருந் தாள். முகத்தில் பவுடர் திட்டுத்திட்டாகத் தெரிந்தது. நெற்றியில் இட்டுக் கொண் டிருந்த பெரிய குங்குமப் பொட்டு, வியர்வை யினால் மூக்கிலும் வழிந்து நின்றது.

'என்ன அப்படிப் பார்க்கிறீங்க? புறப்படுங்க, நாடகத்துக்கு நேரமாச்சு'

கிளம்பித்தான் ஆக வேண்டும். வேறு வழி யில்லை. தனக்கு இஷ்டமில்லை என்று சொன்னாலும் அவள் விடமாட்டாள். நாடகம் எப்படி இருக்கும் என்பது அவன் அறிந்தது தான். ஒரு ரசனையற்ற மனைவிக்குக் கணவனாக இருப்பது என்பது பெரிய தியாகம்!

திருமணம் என்றாலே பரஸ்பர தியாகங்கள் என்றுதான் அர்த்தம். திலகத்தைக் கேட்டால், ஒரு மூச்சில் அனைத்தையும் கொட்டித் தீர்த்து விடுவாள். 'ஒவ்வொருத்தர் மாதிரி நீங்க இருக்கீங்களா? எனக்குப் பிடிச்சது ஒண்ணும் உங்களுக்குப் பிடிக்காது. எப்போ பார்த்தாலும் மௌனச் சாமியார் மாதிரி ஒரு புஸ்தகத்தை வைச்சிக்கிட்டு உட்கார்ந்துடறீங்க, எங்கேயாவது கூட்டிகிட்டுப் போங்கன்னா பலி பீடத்துக்குப் போற ஆடு மாதிரி வர்றீங்க... ஒரு உற்சாகம், பொண்டாட்டியோட போறோமேன்னு சந்தோஷம், ஊஹூம்...'

அமிர்தம், மேஜையின் மீது விட்டெறிந்திருந்த கார் சாவியை எடுத்துக் கொண்டான். திலகம், ஜன்னல் கதவுகளையும் அறைக் கதவுகளையும் சாத்தத் தொடங்கினாள்.

அமிர்தம் கீழே இறங்கிச் சென்று ஷெட்டிலிருந்த காரை வெளியே எடுத்தான்.

'குட் மார்னிங், அங்கிள்ஜி...'

எதிர்த்த வீட்டு சர்தார்ஜியின் பேரக் குழந்தை, நான்கு வயது. கொழுகொழுவென்று புகைப்படப் போட்டிக்காகவே வளர்ந்து வருகிற குழந்தை மாதிரி இருந்தது.

'குட்மார்னிங் ஷம்மா...' என்று சொல்லிக்கொண்டே அந்தக் குழந்தையைத் தட்டிக் கொடுத்தான் அமிர்தம். தன் பிஞ்சுக் கையை அவனிடம் நீட்டிய அந்தக் குழந்தை, அவன் கார் கதவைத் திறந்து தட்டிக் கொடுத்தவுடன் அவன் மடியில் ஏறி உட்கார்ந்து கொண்டது.

'குட் ஈவினிங் ஆன்ட்டி...'

அமிர்தம் திரும்பிப் பார்த்தான். திலகம் வந்து விட்டாள்.

திலகம் அமிர்தத்திடமிருந்து அக் குழந்தையை வாங்கிக் கொண்டு, கன்னத்தோடு கன்னமாகச் சேர்த்து வைத்துக் கொண்டாள். திலகத்துக்கு எவ்வளவு குறை பாவம், தனக்குக் குழந்தை இல்லை என்று. திருமணமாகிப் பன்னிரண்டு வருஷங் களாகின்றன. குழந்தை பிறக்க வேண்டுமென்றால் ஓர் ஆபரே ஷன் செய்தாக வேண்டும் என்று டாக்டர்கள் சொன்னார்கள். ஆபரேஷனுக்கு அஞ்சியே குழந்தையே வேண்டாம் என்று திலகம் சொல்லிவிட்டாள்.

திலகத்தின் அணைப்பில் குழந்தைக்கு மூச்சு முட்டியது. 'கீழே இறக்கிவிடு. பாவம் திணறிக்கிட்டு இருக்கு...' என்றான் அமிர்தம்.

திலகம், குழந்தையை இறக்கி விட்டாள். விடுதலை பெற்ற சந்தோஷத்துடன் அது வீட்டை நோக்கி ஓடியது.

'நான்தான் மலடு, அதைச் சொல்லிவேறக் காட்டணுமோ?'

'உன்னை யார் மலடுன்னாங்க? கல்லுளிமங்கன் மாதிரி உன்னையே நீ வருத்திக்காட்டா உனக்குப் பொழுது போகாது...'

திலகம் பின்பக்க கதவைத் திறந்து காரில் உட்கார்ந்தாள்.

'ஏன், இங்கே வந்து உட்காரேன்'

'நான் மலடு, கல்லுளிமங்கன், இன்னும் என்னென்ன சொல்லுவீங்களோ, எல்லாம் சொல்லுங்க. நான் இங்கே தான் உட்காருவேன்.'

அமிர்தம் வழக்காட விரும்பவில்லை. ஒன்றும் பேசாமல் காரை 'ஸ்டார்ட்' செய்தான்.

கித்வாய் நகரிலிருந்து நாடகம் நடக்கும் இடமாகிய ஐஃபாக்ஸ் ஹால், காரில் போகும்போது அதிக தூரமில்லைதான்; ஆனால் ஞாயிற்றுக்கிழமை என்ற காரணத்தால் ஐ.என்.ஏ.சூப்பர் பஜாரில் ஏகப்பட்ட கூட்டம். போக்குவரத்துத் தீவுகளில் பச்சை விளக்குக் காகத் தவம் கிடந்து போவதற்குள் மணி ஆறரையாகிவிட்டது.

திலகம் முணுமுணுத்துக் கொண்டே வந்தாள். 'அப்பவே புறப்பட்டிருக்கணும், அழைச்சுகிட்டுப் போக இஷ்டம் இல்லாட்டா இப்படித்தான்... நாடகம் ஆரம்பிச்சு ஒரு ஸீன் கூட ஆகியிருக்கும்.'

'ஒரு ஸீன் ஆனா என்ன? நாம நாடகங்களை எப்பொ வேண்டுமானாலும் போய்ப் பார்க்கலாம், நஷ்டமொண்ணு மில்லை...'

திலகம் பதில் கூறவில்லை. வாதாடும் மனநிலையில் அவள் இல்லை; நாடகம் பார்க்கும் ஆர்வத்தில் அவள் வேறு எதைப் பற்றியும் சிந்திக்கத் தயாராக இல்லை என்பதை அவள் முகபாவனை காட்டியது.

பிரபலமான நாடகந்தான் போலிருக்கிறது. பட்டுப் புடவை களின் நெரிசல். டிக்கெட் கிடைக்காமல் போகலாம் என்ற அல்ப ஆசைக்கும் இடமில்லை, திலகம் ஒருவாரத்துக்கு முன்னமே வாங்கிவிட்டாள்.

நாடகம் தொடங்கி ஐந்து நிமிஷந்தான் ஆகிறது என்று, திலகம் கேட்ட கேள்விக்கு கேட்டில் நின்ற பாட்ஜ் குத்திய இளைஞன் பதில் சொன்னான்.

ஹாலில் போய் உட்கார்ந்தபோது, நாடக அரங்கில் இருபது வயசுப் பெண்ணொருத்தியும் ஐம்பது வயதுக் கிழவர் ஒருவரும் காதல் செய்து கொண்டிருந்தார்கள்.

'ஏன் இந்தக் கிழவருக்கு இந்த வயசில் இப்படி...' என்று கேட்டுக் கொண்டே உட்கார்ந்தான் அமிர்தம்.

'கிழவரா?... கதைப்படி இவருக்கு முப்பது வயசு. அவர்தான் ஹீரோ, டைரக்டர் எல்லாம்... டைரக்ட் பண்ணினா இந்தச் சலுகை கூட கிடையாதா...?' என்றான் பின் ஸீட்டிலிருந்த ஓர் இளைஞன். அவன் பக்கத்தில் உட்கார்ந்திருந்தவர்கள் சிரித் தார்கள்.

'நாடகம் பார்க்க வர இடத்திலேயும் உங்க குதர்க்கமா? பேசாமெ உட்கார்ந்திட்டுப் பாருங்க...' என்று அமிர்தத்தைக் கண்டித்தாள் திலகம்.

அப்பொழுதுதான் அந்தப் பெண்ணை, கிழவருடன் காதல் செய்த பெண்ணைச் சரியாகக் கவனித்தான் அமிர்தம். பன்னிரண்டு வருஷங்கள், அந்தக் கணத்தில் பாய்ந்த நினைவு வெள்ளத்தில் கரைந்து, சரித்திரம் நிகழ்காலமாகியது.

●

அந்தப் பெண் நித்யாவைப் போலவே இருந்தாள்.

இவளுக்கும் நித்யாவுக்கும் எந்தவித சம்பந்தமும் இருக்க முடி யாது. நித்யா ஒரு வங்காளியை மணந்து கொண்டு அமெரிக்கா வுக்குப் போய்விட்டாள். யார் இந்தப் பெண்?

மாலை நேரத்து மஞ்சள் வெய்யிலின் இதமான ஒளி, அப்பெண் ணின் முகத்தில் பாய்ந்தது. அப்பொழுது அவள் புன்னகை செய்து கொண்டிருந்தாள்.

அதே புன்னகை... அமிர்தம் கண்களை மூடிக் கொண்டான். அவன் உடம்பு சிலிர்த்தது.

... நித்யாவை கடைசியாக அவன் சந்தித்தது, பன்னிரண்டு வருஷங்களுக்கு முன்னால். திலகம் அவனுக்கு முறைப்பெண். அவன் எழுதிய கடிதத்தை மதிக்காமல், அவன் அப்பா திருமணத்தை நிச்சயித்து, தேதியும் குறிப்பிட்டுத் தந்தி அனுப்பி விட்டார். அவன் நித்யாவைக் கனாட்பிளேஸில், ஒரு ஹோட்டலில் சந்தித்து, இந்த விஷயத்தைச் சொன்னான்.

'அப்பாவுக்கு பதில் தந்தி கொடுக்கப் போறேன்; நம்ம ரிஜிஸ்தர் மேரேஜுக்கு ஏற்பாடு செய்துட்டேன். என்ன சொல்றே நீ?'

நித்யா கட்லெட்டை நிதானமாக வெட்டிப் பக்குவமாகச் சாப்பிட்டுக் கொண்டிருந்தாள். முகத்தில் லேசான புன்னகையின் சாயல்.

'என்ன சொல்லறே நீ?'

'ஹூம்.' கட்லெட்டில் இன்னும் கொஞ்சம் ஸாஸ் தடவிக் கொண்டாள்.

'ரோம் பற்றி எரிகிறது. நீயானால்?' அவனுக்கு அவளுடைய நிதானமான போக்கு எரிச்சல் ஊட்டியது.

'நீங்க பேசறது வேடிக்கையாக இருக்கு...'

'என்ன வேடிக்கையா இருக்கு?'

'நம்ம கல்யாணம் உடனே நடக்கக் கூடிய விஷயமல்ல.' அவள் கட்லெட் சாப்பிட்டு விட்டு நாப்கினினால் வாயைத் துடைத்துக் கொண்டாள்.

'ஏன்?'

'அது உங்களுக்கே தெரியும்... எங்க அம்மா நிச்சயம் சம்மதிக்க மாட்டா. ஜாதிப் பிரச்னை ஒருபுறம் இருந்தாலும், எங்கப்பா போனதிலிருந்து எங்களைக் காப்பாத்திண்டு வர்ற மாமாவுக்குப் பதில் சொல்லியாகணும். அவருக்கோ, இருக்கிறது ஒரே பிள்ளை...'

'அப்படியானா நாம சந்தித்தே இருக்கக் கூடாது. இதெல்லாம் உனக்கு முன்னாலேயே தெரிஞ்ச விஷயங்கள் தானே?'

'நான் சொல்றதைக் கேளுங்கோ... உங்கப்பாவுக்கு, கல்யாணம் பண்ணிக்க வரமுடியாதுன்னு தந்தி அடியுங்கோ. கொஞ்சம் பொறுத்துப் பார்க்கலாம்.. என்னோட மாமா பிள்ளைக்கும் என் மேலே இஷ்டம் இருக்குன்னு சொல்ல முடியாது. அவருக்கு வேறே யோசனைகள் இருக்கலாம்...'

'உன் மாமா பிள்ளைக்கு இன்னொரு பெண்ணோட சிநேகிதம் ஏற்படற வரைக்கும் நான் காத்துக்கிட்டு இருக்கணுமா? நான்ஸென்ஸ்...'

நித்யா புன்னகை செய்தாள். அவனுக்குக் கோபம் அதிகமாயிற்று.

'நெள ஆர் நெவர்... இதுதான் என் வாழ்க்கைத் தத்துவம்...' என்றான் அவன்.

அவள் பதில் சொல்லவில்லை. கண்களை மூடிக்கொண்டு சோபா வில் பின்புறம் சாய்ந்தாள். அவள் முகத்தில் மகிழ்ச்சி வெளிப் படையாகத் தெரிந்தது.

'என்ன சந்தோஷம் உனக்கு, சென்ஸ் ஆஃப் ரிலீஃப்?' - அவன் குரல் சற்று ஓங்கி ஒலித்தது.

அவள் கண்களைத் திறக்காமலே, ஃப்ளோர் மியூசிக் பக்கம் ஆள்காட்டி விரலால் சுட்டிக் காட்டினாள். ஊதுவத்தியின் மணம்போல், மெல்லிய இசை தவழ்ந்து கொண்டிருந்தது.

அவன், அவளையே சிறிது நேரம் உற்றுப் பார்த்துக் கொண்டிருந் தான். பிறகு சொன்னான், 'ஐ திங்க்...' - இதற்கு மேல் அவனால் ஒன்றும் கூற முடியவில்லை; தயங்கினான்.

அவள் கண்களைத் திறக்கவில்லை. ஆனால் இதழ்கள் முணு முணுத்தன; 'யூ திங்க்...'

'மாமா பிள்ளை, மச்சான் பிள்ளைங்கிற சால்ஜாப்பெல்லாம் சுத்த ஹம்பக். இது ப்யூர் அன்ட் ஸிம்பிள் ஜாதிப் பிரச்னைதான்.'

அவள் கண்களைத் திறந்தாள். முகத்தில் ரத்தம் பாய்ந்தது.

'டோன்ட் பி ஸில்லி' - அவள் ஒவ்வொரு வார்த்தையையும் அழுத்தம் திருத்தமாகச் சொன்னாள்.

'ஏன் உனக்கு இவ்வளவு கோபம் வருது? நான் சொல்றது உண்மைங்கிறதினாலேதானே?'

நித்யா உடனே சிரித்தாள். 'நான் கோபப்படப் போறதில்லை. கோபப்படறதுக்குக்கூட, கொஞ்சம் தரமான குற்றச்சாட்டா இருக்கணும். நீங்க சொல்றது அதுக்குக்கூட யோக்கியதை இல்லை. எனக்கு வியப்பாயிருக்கு. உங்களுக்கு இவ்வளவு தாழ்வு மனப்பான்மை இருக்கும்னு நான் எதிர்பார்க்கலே.'

'சரி, இதைப்பத்தி விவாதிக்க வேண்டாம். எங்க அப்பாவுக்கு என்ன தந்தி அடிக்கணும்னு இப்போ எனக்குப் புரிஞ்சுட்டது. ஃபர் திஸ் ரிலீஃப் மச் தாங்ஸ்...'

'கோபத்திலேகூட ஷேக்ஸ்பியரை கோட் பண்ணறது வேடிக்கையாக இருக்கு' என்று சொல்லிவிட்டு அவள் சிரித்தாள்.

'உன்னை என்னாலே புரிஞ்சிக்கவே முடியலே' என்றான் அவன், மிகுந்த அலுப்புடன்.

'அதுதான் என் பலம்.'

'டாமிட். காவிய காலத்துக் கதாநாயகன் மாதிரி உன் கால்லே விழுந்து கெஞ்சணும்னு நினைச்சிட்டிருக்கியா?'

'நோ, யு ஆர் ராங். அது வெஸ்டர்ன் ட்ரெடிஷன். நம்ம பண் பாட்டுப்படி கதாநாயகன், அவன் அம்மா, பாட்டி, இவாளோட காலிலேதான் கதாநாயகி விழுந்து கெஞ்சணும்.'

'ஹாங்க் யுவர் ட்ரெடிஷன்ஸ், ஆல் ஸ்மால் டாக்' - நித்யா அவனை உற்று நோக்கினாள். ஒரு குறுநகையுடன் அவள் தோள்களைக் குலுக்கிக் கொண்டாள். அப்பொழுது வெயிட்டர் பில்லைக் கொண்டுவந்து வைத்தான். நித்யா உடனே பில்லை கையில் எடுத்துக் கொண்டு தன் கைப் பையைத் திறந்தாள்.

'இது என்ன புது வழக்கம்?' என்றான் அமிர்தம், கோபத்துடன்.

'கணக்குத் தீர்க்கிறேன். அவ்வளவுதான்...' அவள் கைப்பை சரக் கென்று மூடிக்கொண்டது.

அதற்குப் பிறகு அவளை அவன் சந்திக்கவே இல்லை.

கொட்டகையில் சிரிப்பு அதிர்ந்தது.

'சிரியுங்களேன். அந்த பொண்ணு என்ன போடு போடுது?' என்றாள் திலகம்.

'எந்தப் பொண்ணு?' - அமிர்தம் சுற்றும் முற்றும் பார்த்தான்.

'நாசமாப் போச்சு. நாடகம் பார்க்கிறீங்களா, தூங்குகிறீங்களா?'

'நாடகத்திலே வர பெண்ணைச் சொல்றியா? நாடகக் கதையே எனக்குப் புரியலே, சர் ரியலிஸ்டிக் ப்ளே போலிருக்கிறது.

'என்ன ஸ்டிக்கா வேணா இருக்கட்டும். நாலு பேரோட அநுசரித்துப் போவதைக் கத்துக்கணும்.'

அதுதான் ஜனநாயக உலகத்துக்கு ஏற்ற விவேகம்.

தனக்கு அந்த விவேகம் இயல்பாகவே இல்லை என்றுதான் சொல்ல வேண்டும். நித்யாவும் இதை அடிக்கடி சொல்லிக் காட்டுவதுண்டு. சந்திரனுக்குத் தனியாகப் போய்வரக்கூடிய துணிச்சல் தனக்கு உண்டு. ஆனால், ஐந்தாறு பேர் கூடிய இடத்தில் அவனுக்கு அசாத்தியக் கூச்சம்.

அமெரிக்கத் தூதுராலயத்தின் சார்பில் நடந்த ஒரு 'சாரிட்டி பாலு'க்கு அவனும் நித்யாவும் போனார்கள். அப்போது, நித்யா பத்து நிமிஷத்துக்கு ஒரு மார்வாரி நடனம் ஆடி அனைவரையும் மகிழ்வித்தாள். அப்புறம் எல்லாருடனும் கலகலப்பாகப் பேசிச் சிரித்தாள். அவனோ அங்கிருந்த இரண்டு மணி நேரமும் ஒரு மூலையில் உட்கார்ந்து கொண்டு, அவளைச் சுற்றிலும் பொங்கி வழிந்த உற்சாகத்தை, ஒதுங்கிய நிலையில் கவனித்தான். நித்யா ஒரு புதிர். அவளால் ஐன்ஸ்டீன் கொள்கைகளைப் பற்றியும் ஹாய்ல்ஸ் - நர்லீகர் திருத்தங்களைப் பற்றியும் விவாதிக்க முடியும்; 'ப்ளே பாய்' உபாசகர்களுடைய முகம் சிவக்கும்படியாகப் பேசவும் முடியும்.

விருந்து முடிந்து வரும்போது நித்யா அவனிடம் சொன்னாள்; 'அங்கே இருந்தவா எல்லாரும் என்னைக் கேட்டா.'

'என்ன கேட்டாங்க?'

'அவரென்ன உங்களுக்குக் காவலான்னு. நீங்க அப்படித்தான் நடந்துண்டீங்க, வேவு பார்க்கிற மாதிரி மூலையிலே உட்கார்ந்துண்டு.'

'ஜனநாயக உலகத்துக்கும் எனக்கும் பொருந்தாதுன்னு நீ அடிக்கடி சொல்லிக்கிட்டுருப்பியே.'

'இன் ஃபாக்ட் உங்களுடைய இந்த ஒதுங்கிய தன்மைதான் எனக்குப் பிடிக்கிறது. ஸ்ட்ராங் ஸைலன்ட்மேன் இல்லையா?' என்றாள்.

இப்படி எத்தனையோ தடவை சொல்லியிருக்கிறாள்.

நித்யாவைக் கவர்ந்த அந்த 'ஒதுங்கிய தன்மை' பிறகு அவளுக்கு அலுப்பைத் தர ஆரம்பித்து விட்டதோ? ஹோட்டலில் அவளைக் கடைசியாகச் சந்தித்தபோது, அவனுக்கும் அவளுக்கும் ஏற்பட்ட மன வேறுபாட்டுக்குக் காரணம் என்ன? ஒரு முக்கிய முடிவு எடுத்தாக வேண்டும் என்ற நிர்ப்பந்தத்தின்போது அவள் ஏன் பின்வாங்கி விட்டாள்? பார்க்கப்போனால் அவளுடைய மாமாவின் பிள்ளையும் அவளை மணக்கவில்லை. அவன் வேறு யாரையோ காதலித்து மணந்து கொண்டான். நித்யாவும் இதைத்தானே அப்பொழுது தன்னிடம் சொன்னாள். ஒருவேளை நான் அவசரப்பட்டதுதான் முட்டாள்தனமா?

முட்டாள்தனந்தான். சந்தேகமில்லை. இல்லாவிட்டால் ரஸனையற்ற இந்தக் கூட்டத்தோடு சேர்ந்து விழுந்து விழுந்து சிரிக்கும் திலகத்தின் பக்கத்தில் தான் இப்பொழுது உட்கார்ந் திருக்க வேண்டிய அவசியம் ஏற்பட்டிருக்காது.

'அட, பாவமே!' என்று கத்தினாள் திலகம்.

'ஏன், என்ன ஆயிடுச்சி?' என்று கேட்டான் அமிர்தம்.

'குழந்தையைக் கொல்ல வீட்டையே கொளுத்தறான் அந்தப் படுபாவி. எவ்வளவு தத்ரூபமா காட்டறாங்க!'

கதாசிரியரையும் அந்த நெருப்பில் தூக்கிப் போடலாமென்று தோன்றிற்று, அமிர்தத்துக்கு. கதையிலே வரும் 'வில்லன்' படுபாவியல்ல; கதாசிரியர்தான்.

அப்பொழுது அந்தப் பெண் மேடையில் தோன்றினாள். நீண்ட கூந்தல் விரிந்து கிடந்தது. முகத்தில் ஓர் அலட்சிய பாவம், மின்னொளிப் பார்வை. அப்படியே நித்யாவைப் போலவே இருந்தாள்.

'நல்லா ஆக்ட் பண்ணறா' என்றாள் திலகம்.

'இந்தப் பெண்ணோட பேரென்ன?' என்று கேட்டான் அமிர்தம்.

'யாருக்குத் தெரியும்?' என்றாள் திலகம்.

'பானுமதி' என்ற குரல் பின்னால் இருந்து கேட்டது.

அமிர்தம் திரும்பிப் பார்த்தான். பதில் சொன்ன பெண்ணுக்கு இருபது வயதிருக்கும்.

'பானு என்னோட சிநேகிதி...' என்றாள் அந்தப் பெண்.

'ஐ ஸீ...'

'இதுவரைக்கும் இவங்க நாடகத்திலே நடிச்சதில்லேபோல் இருக்கே...' என்றாள் திலகம்.

'இல்லே... டில்லிக்கு வந்து ஆறு மாசந்தான் ஆறது. இதுதான் தில்லியிலே முதல் நாடகம் இவ ஆக்ட் பண்ணறது.'

'ஷீ ஈஸ் வெரி ஸ்மார்ட்' என்றான் அமிர்தம். திலகம் அவனைச் சுட்டெரிப்பவள்போல் பார்த்தாள். அவள் அப்படிப் பார்ப்பதைத் தெரிந்துகொண்டதாக அவன் காட்டிக் கொள்ளவில்லை.

'வேலையா இருக்காளா, படிக்கிறாளா?' என்று தொடர்ந்து கேட்டான் அமிர்தம்.

'ரேடியோவில் வேலையாயிருக்கா.'

'விசாரிச்சது போறும். நாடகத்தைப் பாருங்க...' என்றாள் திலகம், கீழ்க் குரலில்.

'சரி, நீ நாடகத்தை இருந்து பார்த்துட்டு வா, நான் வாசல்லே நிக்கறேன்' என்று சொல்லிக் கொண்டே எழுந்தான் அமிர்தம்.

'உட்காருங்கோ... இதோ முடிஞ்சிடும்' என்று அவள் கூறிக் கொண்டிருக்கும்போதே, அவன் அவள் கையை உதறிவிட்டு வெளியில் போனான்.

2

நாடகக் கொட்டகைக்கு வெளியே இரண்டு மூன்று விமரிசகர்கள் நின்று கொண்டிருந்தார்கள். தென்னிந்தியக் கலை நிகழ்ச்சி எதுவாக இருந்தாலும் அதைப் பற்றி ஆங்கில தினசரிகளில் எழுதுவது அவர்களது வழக்கம். அவர்களில் ஒருவராகிய மணியை அமிர்தத்துக்குச் சுமாராகத் தெரியும்.

'என்ன புறப்பட்டுட்டீங்க?' என்றார் அவர், வாயில் புகையிலையைக் குதப்பிக் கொண்டே.

'புறப்படலே. வீட்டிலே உள்ளே இருக்காங்க' என்றான் அமிர்தம்.

'நாடகமே அவங்களுக்காகத்தானோ?' என்றார் மணி, சிரித்துக் கொண்டே.

'இதுதான் உங்க விமரிசனமா?' என்று கேட்டான் அமிர்தம்.

'கரெக்ட்... வங்காளத்திலே புதுசு புதுசா 'தியேட்டர் குரூப்' ஏற்படறதுன்னா புதுசு புதுசா ஏதாவது செஞ்சு காட்டணும்ங்கிற நமைச்சல்னாலே... ஆனா நம்மவங்க புதுசு புதுசா 'தியேட்டர் குரூப்' ஏற்படுத்தறது, பழைய குழுவிலே தனக்கு சான்ஸ் கிடைக்கலேங்கிற காரணந்தான்... மத்தபடி நாட

கத்தைப் பொறுத்தவரை பழைய கதைதான்... என்னிக்குத்தான் நமக்கு விடிவு காலமோ தெரியலே...'

'நம்முடைய கலாசார விஷயங்களுக்கெல்லாம் - ரஸனையைப் பற்றி மட்டும் - பெண்கள்தான் அதிகாரிங்க என்பதை நான் ஒப்புக்கொண்டிருக்கிறது இதுக்குக் காரணமாக இருக்கலாம்...' என்றார் தடித்த ஃபிரேம் போட்ட கண்ணாடி அணிந்த ஒருவர்.

'பெண்கள்னா, 'எஸ்டாபிளிஷ்ட் வேல்யூஸ்'லே ஒரு முரட்டுத் தனமான நம்பிக்கை வைச்சுக்கிட்டிருக்கிற அரைகுறைப் படிப்பு உள்ள பெண்கள்...' என்றான் அமிர்தம்.

'நன்னா சொன்னீங்க... இன்னொரு விஷயம், இங்கிலீஷ் நாடகம்னா, நிர்த்தாட்சண்யமான கெஜக்கோல் வைச்சுண்டு அளக்கிற சோடா பாட்டில் கண்ணாடி புரொஃபசர்ல்லாம் தமிழ் நாடகம்னா மனைவி குழந்தைகளை அழைச்சுண்டு வந்து, ஓர் அப்பாவித்தனமான ரஸனையோடு விழுந்து விழுந்து சிரிக்கிறதுதான், சகிக்கலே' என்றார் மணி.

'ஆதரவு காட்டித் தட்டிக் கொடுப்பதாய் அவர்களுக்கு எண்ணம்' என்று சொல்லிவிட்டு அமிர்தம் திரும்பிப் பார்த்தான்.

நாடகம் முடிந்து விட்டது. எல்லாரும் கொட்டகையை விட்டு வெளியே வந்து கொண்டிருந்தார்கள்.

'என்ன மணி ஸார், வெளியிலே நின்னுண்டிருக்கேளே?' என்று கேட்டார் ஒருவர்.

'ஒரு பானைச் சோத்துக்கு ஒரு சோறு... இரண்டு ஸீன் பார்த்தேன், அது போறாதா?'

'நாடகம் எப்படி?'

'ஃபஸ்ட் கிளாஸ். காமன்வெல்த் டிராமா ஃபெஸ்டிவெலுக்கு அனுப்பலாம்.'

'நிஜமா சொல்றேளா?'

'நிஜமாத்தான் சொல்றேன்... இப்போத்தான் இவாளோட பேசிண்டுருந்தேன். கேட்டுப் பாருங்கோ... இந்த மாதிரி 'மாக்னம் - ஆபஸ்' எழுதினவங்களையெல்லாம் இந்தியாவிலே நாம சும்மா விட்டு வச்சிருக்கக் கூடாது.'

கேள்வி கேட்டவர் பேசாமல் போய்விட்டார்.

'நீங்க மோதி பாக் தானே போகணும்? உங்களை வீட்டிலேயே விட்டுட்டுப் போறேன்' என்றான் அமிர்தம், மணியிடம்.

'நோ, தாங்க்ஸ்... நான் ஸ்கூட்டர்லே வந்திருக்கேன்' என்றார் மணி.

'என்ன இப்படி நாடகத்தை முழுக்கப் பார்க்காம, எவ்வளவு நல்லா இருந்திச்சு...' என்று சொல்லிக் கொண்டே வந்தாள் திலகம்.

'பார்த்தேளா? பெரும்பான்மையினருக்குச் சந்தோஷம் ஏற்படறதை நீங்களும் நானும் தடுக்க முடியுமா? நான் வரேன்' என்று கூறிவிட்டுக் கிளம்பினார் மணி.

'தாகமாக இருக்கு, எங்கேயாவது தண்ணி கிடைக்குமா?' என்று கேட்டாள் திலகம்.

'வா... அங்கே போய்க் கோக்கோ கோலா சாப்பிடலாம்.'

'என்ன, என்னை வச்சிக்கிட்டு அந்தப் பெண்ணைப்போய் ஸ்மார்ட் அது, இதுங்கிறீங்க, பால்யம் திரும்பிடுச்சா?' என்று கேட்டாள் திலகம், கோக்கோ கோலாவைப் பருகிக் கொண்டே.

'பால்யத்திலே சொன்னாத்தான் தப்பு... இப்பதான் வயசுங்கிற சலுகை இருக்குதே...' என்றான் அமிர்தம்.

'அந்தச் சலுகை வரத்துக்கு இன்னும் வயசாகல்லே. ஜாக் கிரதையா இருங்க. நாற்பது வயது ஆனா நாய்க்குணம்பாங்க...'

இன்னும் ஐந்தாறு பேர் அங்கு கூடியிருந்தார்கள். அவர்களில் மூன்று பேர் பெண்கள். திலகம் சொன்னது அவர்களுடைய காதில் தெளிவாக விழுந்திருக்க வேண்டும். ஏதோ பேசிக் கொண்டிருந்தவர்கள், பேசுவதை நிறுத்திவிட்டுத் திலகம் நின்ற பக்கமாகத் திரும்பிப் பார்த்தார்கள். அமிர்தத்துக்கு அவமானமாக இருந்தது. காசை அவசரம் அவசரமாகக் 'கவுண்ட்டரி'ல் வைத்துவிட்டுக் கிளம்பினான்.

'நம்ம ஜனத்துக்கே மத்தவங்க என்ன பேசறாங்கன்னு ஒட்டுக் கேக்கறதுதான் வேலை' என்றாள், அவனை வேகமாகப் பின் தொடர்ந்து வந்த திலகம்.

'நீ நாலு ஊர் கேக்கும்படியா கூச்சல் போடு, அவங்க காதைப் பொத்திப்பாங்க' என்றான் அமிர்தம் கோபத்துடன்.

'உங்களுக்கு ஏதாவது என்னை சொல்லிக்கிட்டே இருக்கணும். என்னோட வரத்துக்கு உங்களுக்கு விருப்பமில்ல, அதுக்காக ஏதாவது நீங்க சொல்லணும் அவ்வளவுதானே?'

அமிர்தம் விவாதத்தை இதற்குமேல் தொடர விரும்பவில்லை. திலகம் எந்த நிமிஷம் வெடிப்பாள் என்று சொல்ல முடியாது. அப்படியொரு நிலைமை ஏற்பட்டால், இந்த நாடகத்தைப் பார்க்க கூட்டம் கூடிவிடும்.

அவன், கார் அருகே சென்றபோது, நாடகத்தில் நடித்த அந்தப் பெண், இன்னும் இரண்டு மூன்று பேருடன் பாலு நின்று கொண்டிருந்தார்.

'ஹல்லோ... மிஸ்டர் அமிர்தம் வரார்... அவரைக் கேட்போம்' என்று பாலு அவர்களிடம் சொல்லிவிட்டு அவனைப் பார்த்து புன்னகை செய்தார்.

'ஹல்லோ... என்ன வேணும்?' என்றான் அமிர்தம்.

'நீங்க கித்வாய் நகருக்குத்தானே போறேள். அப்படியே இந்தப் பெண்ணை லட்சுமிபாய் நகர்லே இறக்கிவிட முடியுமா? அவசரமா போகணும். இவ அம்மாவுக்கு உடம்பு சரியில்லே, நாடகத்திலே நடிக்க ஒப்புக் கொண்டதுக்காக வந்திருக்கா, கொஞ்சம்...'

அமிர்தம், பாலு அணிந்திருந்த 'பேட்சை'ப் பார்த்தான். 'நீங்களும் இந்தத் தியேட்டர் குரூப்போட சம்பந்தப்பட்டிருக்கீங்க போலிருக்கு?'

'நான் தான் வைஸ் பிரஸிடென்ட்' என்றார் பாலு, குரலில் பெருமை தொனிக்க.

'ஐ ஸீ... சரி, அழைச்சுக்கிட்டுப் போறேன்' என்றான் அமிர்தம்.

'ஏறிக்கோம்மா...' என்றார் பாலு, பரிவுடன்.

அமிர்தம் காரின் பின் கதவைத் திறந்து விட்டான். அந்தப் பெண் ஏறி உட்கார்ந்தாள்.

திலகம், அமிர்தத்தின் பக்கத்தில் உட்கார்ந்தாள். அவள் மௌனம் அவனுக்குச் சற்றுச் சங்கடமாக இருந்தது. ஒரு வேளை, தான் உடனே ஒப்புக்கொண்டது அவளுக்குப் பிடிக்கவில்லையோ?

'ரொம்ப நன்றி மிஸ்டர் அமிர்தம். வரேம்மா, பானு…'

பானு புன்னகையுடன் லேசாகத் தலையை அசைத்தாள்.

திலகம், கார்க் கதவை படீரென்று சாத்தியது அமிர்தத்துக்கு என்னவோ போலிருந்தது.

'கொஞ்சம் மெதுவாகச் சாத்தியிருக்கலாம்…' என்றான் அமிர்தம்.

அதற்குத் திலகம் பதில் சொல்லாமலிருந்தது அமிர்தத்துக்கு ஆச்சரியத்தைத் தந்தது.

●

கார் புறப்பட்டு 'கிரேட் ப்ளேஸை'த் தாண்டிச் செல்லும் வரை ஒருவரும் பேசவில்லை. தொண்டையை லேசாகக் கனைத்துக் கொண்டு பானு கேட்டாள் : 'நாடகம் எப்படி இருந்தது மாமி?'

'ஹூம்… நாடகமா?… நல்லா இருந்தது…'

'உங்களுக்குப் பிடிச்சிருந்ததா?'

'நாடகத்தை அவர் எங்கே பார்த்தாரு? ஏதோ கோவிச்சுக்கிட்டு உட்கார்ந்திருந்தாரு' என்றாள் திலகம்.

'அப்படியா!'

'டிராமா ஹோப்லெஸ் உன்… உங்க நடிப்பு நல்லா இருந்தது.'

'பரவாயில்லை, 'உன்'னுன்னே சொல்லுங்க…'

'ஏம்மா 'மேக்-அப்'போடயே புறப்பட்டுட்டியே? அவ்வளவு அவசரமா?' என்று கேட்டாள் திகலம்.

'ஆமாம்… அம்மா வீட்டிலே தனியா இருக்கா. உடம்பு சரியில்லை.'

'உங்கப்பா எங்கே வேலையா இருக்காரு?'

'எனக்கு அப்பா கிடையாது. நீங்க சொன்னது உண்மைதான். நான் ஏதோ ஒப்புக் கொண்டதினாலே ஆக்ட் பண்ணினேனே தவிர, டிராமா ரொம்பச் சைல்டிஷ்.'

கெட்டிக்காரிதான் சந்தேகமில்லை. 'அப்பா கிடையாது' என்று சுருக்கமாகச் சொல்லிவிட்டு, பேச்சின் திசையை மாற்ற எவ்வளவு சாமர்த்தியமாக முயல்கிறாள்.

'நாடகக் கதை ஹோப்லெஸ்னு அவரு சொல்றாரு, நீயும் சைல்டிஷ்ங்கிறியே. அப்பொ எதுக்காக நடிக்க ஒப்புக்கிட்டே?' என்று கேட்டாள் திலகம்.

'பிடிக்காத காரியம் எவ்வளவு செய்யறோம். அதிலே இதுவும் ஒண்ணுன்னு வைச்சுக்குங்களேன்...'

'பிடிக்காத காரியம் எவ்வளவோன்னா என்ன அர்த்தம்?' என்று கேட்டான் அமிர்தம்.

பானு சிறிது நேரம் பேசாமலிருந்தாள். பிறகு சிரித்துக் கொண்டே சொன்னாள் : 'நான் ஒண்ணு இப்போ கேட்கலாம், ஆனால்...'

'ஆனா, என்ன?' என்றான் அமிர்தம்.

'கோவிச்சுக்கமாட்டீங்களே?'

அவள் என்ன கேட்கப் போகிறாள் என்று அவனுக்குப் புரியவில்லை. ஆனால், அவள் ஏதாவது சொல்லி, அதனால் திலகம் கோபம் கொள்ளப் போகிறாளோ என்று அவன் பானுவை வற்புறுத்தி ஒன்றும் கேட்கவில்லை. பேசாமல் இருந்தான்.

'கோவிச்சுக்கமாட்டாரு சொல்லு' என்று திலகம் அவளைத் தூண்டினாள்.

'நீங்களும் இந்த டிராமாவை ஹோப்லெஸ்னு சொன்னீங்க. இது உங்களுக்கு முன்னேயே தெரிஞ்ச விஷயம்தான்னு நினைக் கிறேன். அப்படியிருக்கச்சே, நீங்க எதுக்காக இந்த நாடகத்தைப் பார்க்க வந்தீங்க?'

'நான் கூப்பிட்டேன் வந்தாரு' என்றாள் திலகம். அவள் குரலில் உரிமையின் பெருமிதம் பொங்கியது.

அமிர்தம், கார் விளக்கைப் போட்டான். கண்ணாடி வழியே பார்த்தான். பானுவின் முகத்தில் குறுநகையின் கீறு. தன்னம்பிக்கையினால் ஏற்பட்ட ஓர் அலட்சிய பாவத்தில் ஊறிய ஏளனப் புன்னகையின் சாயை.

திடீரென்று அவனுக்குத் தோன்றிற்று, நித்யாதான் பின் 'ஸீட்'டில் உட்கார்ந்து கொண்டு சிரிக்கிறாளோ? அவனுக்கும் நித்யாவுக்கும், ஒரு தடவை ரஸனையைப் பற்றி ஒரு வாக்குவாதம் ஏற்பட்டது.

...செங்கோட்டைக்குப் பக்கத்திலிருந்த ஒரு சின்னக் கடையில் உட்கார்ந்து கொண்டு சோலே சாப்பிட வேண்டும் என்று பிடிவாதம் செய்தாள் நித்யா. 'அட கடவுளே? இங்கேயா, என்ன ரஸனை உனக்கு?' என்றான் அமிர்தம்.

'உங்களுக்கு ரஸனை இருக்கோ இல்லியோ, கற்பனை கிடையாது... ரெட்ஃபோர்ட் பின்னணியில் இருக்கும்போது எவ்வளவு நன்னாயிருக்கும் தெரியுமா இங்கே சாப்பிட்டா?'

'சரி! பேஷா நீ சாப்பிடு. நான் சாப்பிட மாட்டேன்.'

அமிர்தத்துக்கு அந்த நிகழ்ச்சி நினைவுக்கு வந்தது. நித்யா இப்பொழுது என்ன சொல்லுவாள்... ரஸனை, ரஸனைன்னு உயிரை விடுவீங்களே, எவ்வளவு ரஸனையோட உங்க மனைவியைத் தேர்ந்தெடுத்திருக்கீங்க... ஐ யாம் ஸாரி, உங்க மனைவிதான் உங்களைத் தேர்ந்தெடுத்திருக்கா, அப்படித் தானே...?

அமிர்தம் விளக்கை அணைத்தான்.

'என்ன விளக்கைப் போடறீங்க, அணைக்கறீங்க...?' என்று கேட்டாள் திலகம்.

'எவ்வளவோ உபயோகமில்லாத காரியம் செய்யறோம். அதிலே இது ஒண்ணு...' என்றான் அமிர்தம்.

பானு வாய்விட்டுச் சிரித்தாள். அவள் கொஞ்சம் தேவைக்கு அதிகமாகவே சிரித்தாள் என்று அவனுக்குப்பட்டது.

'நீங்க சொன்ன பதில்லே என்ன அப்படி வேடிக்கை இருக்குன்னு எனக்குப் புரியலியே...' என்றாள் திலகம்.

'எனக்கும் புரியலே...' என்றான் அமிர்தம்.

'மாமி வெளிப்படையா பேசறது எனக்கு ரொம்பப் பிடிச்சிருக்கு...' என்றாள் பானு.

'அப்படின்னா நான் வெளிப்படையா பேசல்லேன்னு அர்த்தம்?' என்றான் அமிர்தம்.

'அதைப் பற்றி நிச்சயமான முடிவுக்கு என்னால் வர முடியலை.'

மறுபடியும் விளக்கைப் போட்டு அவளைத் திருப்பிப் பார்க்க லாமா என்று அமிர்தம் நினைத்தான். ஆனால் அவ்வாறு செய்யவில்லை. இந்த மாதிரி சந்தர்ப்பத்தில் நித்யாவும் பானுவைப் போல்தான் பதில் சொல்லியிருப்பாள்.

அப்பொழுது அவனுக்கு மற்றொரு விஷயம் ஞாபகத்துக்கு வந்தது. இந்த 'தியேட்டர் குரூப்'பைச் சேர்ந்த கேசவன், சில தினங்களுக்கு முன்னால் சொன்ன தகவல் இந்தப் பெண்ணைப் பற்றித்தான் இருக்க வேண்டும். 'மெட்ராஸ்லேந்து புதுசா ஒரு பெண் வந்திருக்கு. என்னமா நடிக்கிதுங்கிறே? அவளுடைய அம்மாவும் நடிக்கிறா... அம்மா எட்டடி பாய்ஞ்சா, பொண்ணு பதினாறு அடி பாயறா...' அப்படியானால் நடிப்பில் தேர்ந்த தாய் ஏன் இன்று நாடகத்துக்கு வரவில்லை. உடம்பு சரியில்லை என்று சொன்னாளே, சே! அதற்குள் மறந்துவிட்டது!

'உங்கம்மாவும் நடிப்பதுண்டு இல்லையா?' என்று கேட்டான் அமிர்தம்.

'ஆமாம்.. உங்களுக்கு எப்படித் தெரியும்? எங்கம்மாவும் இந்த நாடகத்திலே நடிக்கிறதா இருந்தது. ஆனா உடம்பு சரியில்லே... எங்கம்மாவும் நடிப்பான்னு யாரு சொன்னா?'

'கேள்விப்பட்டேன்...'

'யார் சொன்னாங்க? நீங்க இதுவரை என்கிட்டே சொன்னதே இல்லையே' - திலகம் கேட்டாள்.

அமிர்தம் பேசாமல் இருந்தான். கார், துக்ளக் வழியே போய்க் கொண்டிருந்தது. எதிர்த்தாற்போல் சைக்கிளில் வந்த ஒரு சிறுவன், கார் முன்னால் 'தொப்'பென்று விழுந்தான். திடீரென்று காரைப் பிரேக் போட்டு நிறுத்திய வேகத்தில் திலகம் அவன் மீது மோதிக் கொண்டாள்.

காரிலிருந்து கீழே இறங்கி, அமிர்தம் மிரண்டு நின்ற அந்தப் பையனைத் தட்டிக் கொடுத்தான். நல்லவேளை, சைக்கிளும் தப்பித்தது, சிறுவனுக்கும் அடியில்லை...

'மாப் கரோஜி' என்றான் பையன்.

'டீக் ஹை சலோ...'

காரில் திரும்பி வந்து உட்கார்ந்துகொண்ட அமிர்தத்திடம் திலகம் சொன்னாள் : 'என்ன இது, அந்தப் பையனை இப்படித் தட்டிக் கொடுத்துட்டு வர்றீங்க. நல்லா அறையாமே?'

'ஏற்கெனவே பயந்து கிடக்கிறான், பாவம்!'

'உங்களுக்கு மத்தவங்ககிட்டே இருக்கிற கரிசனம் என்கிட்டே ஏன் இல்லே?'

திலகம் எதற்காக இதைக் குறிப்பிடுகிறாள்? பானுவை வீட்டில் கொண்டுவிட ஒப்புக் கொண்டதற்காகவா?

'நான் கேட்ட கேள்விக்கு நீங்க இன்னும் பதில் சொல்லலியே?' என்றாள் திலகம்.

'என்ன கேள்வி, ஏன் கரிசனம்னா?'

'அதுவுந்தான்... மத்தபடி இவ அம்மா நடிப்பாங்கன்னு யாரோ சொன்னதா சொன்னீங்களே, யார் சொன்னாங்க. ஏன் என்கிட்டே சொல்லலே?' என்று கேட்டாள் திலகம்.

3

'நான் கேள்விப்படற விஷயங்களையெல்லாம் உன்கிட்டே சொல்லிக்கிட்டு இருக்க முடியுமா?' - அமிர்தம் கேட்டான்.

திலகம் தன்னைக் கடுமையாகப் பார்க்கிறாள் என்பதை உணர்ந்தான் அமிர்தம். ஆனால், அவன் அவள் பக்கம் திரும்பவேயில்லை.

ஸஃப்தர்ஜங் விமான நிலையத்தைத் தாண்டி, லட்சுமிபாய் நகர் தொடங்கும் 'டிராஃபிக் ஜங்ஷனில்' சிகப்பு சிக்னல் கண்டு காரை நிறுத்தினான் அமிர்தம்.

'லட்சுமிபாய் நகர்னா, இங்கேதானே இறங்கணும்?' என்றாள் திலகம். அமிர்தம் அவளை வீட்டருகே கொண்டு விடுவதை இவள் விரும்பவில்லை என்பது வெளிப்படையாகத் தெரிந்தது.

'சரி... நான் இறங்கிக்கிறேன். பக்கந்தான், நடந்து போயிடறேன்' என்றாள் பானு.

'வேண்டாம்... எந்த பிளாக் சொல்லு, அங்கேயே போய் இறக்கிவிடறேன்...' என்றான் அமிர்தம்.

'நோ... ப்ளீஸ் என்னாலே உங்களுக்குச் சிரமம் எதுக்கு? கித்வாய் நகருக்கு நீங்க இப்படியே

நேரே போயிடலாம், இல்லையா...?'

'வீண் வாக்குவாதங்கள் வேண்டாம். எந்த பிளாக், சீக்கிரம் சொல்லு, கிரீன் ஸிக்னல் விழுந்திடுச்சி... எங்க சிரமத்தைப் பத்தி நீ அலட்டிக்கிட்டு இருக்காதே...'

பானு கொஞ்சம் தயங்கினாள். திலகமும் அதைச் சொல்லுவாள் என்று எதிர்பார்த்தாளோ என்னவோ?

திலகம் வாயைத் திறக்கவில்லை.

அமிர்தத்துக்கு கொஞ்சம் எரிச்சலாக வந்தது. 'சொல்லும்மா சீக்கிரம், காரை இப்படியே நிறுத்திக்கிட்டு இருக்க முடியுமா?'

'இடது பக்கம் திரும்பி நேரே போங்க... ஸி பிளாக். 645-ம் நெம்பர் வீடு...'

காரை வேகமாக இடது பக்கம் திருப்பினான் அமிர்தம். ஒரு பஸ் மோத வந்தது. மயிரிழையில் தப்பினான்.

'உற்சாகத்தில் என்ன செய்றோம்னு உங்களுக்குப் புரியலியா?' என்றாள் திலகம்.

'டோன்ட் பி ஸில்லி...' அமிர்தத்தின் கைகள் ஸ்டியரிங்கில் இறுகின.

'இங்கேயே நிறுத்துங்க...' என்றாள் பானு.

காரிலிருந்து இறங்கிய பானு திலகத்திடம் புன்னகையுடன் விடை பெற்றுக் கொண்டாள்.

'மாமி! ரொம்ப தேங்ஸ் ரொம்ப நேரமாயிடுத்து. இல்லாட்டா உங்களை வீட்டுக்கு அழைச்சிண்டு போயிருப்பேன்...'

'பரவாயில்லை' என்றாள் திலகம்.

'வரேன், மாமா...'

அமிர்தத்துக்கு அவள் தன்னை 'மாமா' என்று சொன்னது என்னவோபோல் இருந்தது. அவன் ஒன்றும் பேசாமல் காரைத் திருப்பினான்.

திலகம் சிரித்தாள். அவள் கோபமாக இருக்கிறாள் என்று நினைத்த அமிர்தத்துக்கு, அவள் சிரிப்பது வியப்பைத் தந்தது. அவள் பக்கம்

அவன் திரும்பிப் பார்த்தான். 'அவ 'மாமா'ன்னு சொன்னது கரெக்ட், நாற்பது வயசாயிடிச்சி இல்லே...?'

'நீ 'மாமி'யாயிருக்கிறப்போ, நான் 'மாமா'வா இருக்கிறதுதானே 'லாஜிக்கல்'. இதுக்கு என்ன சிரிப்பு வேண்டியிருக்குது?'

'கோபப்படாதீங்க... நாம விரும்பினாலும் விரும்பாவிட்டாலும் வயசு ஆவத்தான் ஆவும்.'

திலகத்தின் புதுத்தாக்குதல் அவனுக்குப் புரியாமலில்லை. அதற்குப் பிறகு, வீடு போய்ச் சேரும் வரையில் திலகத்துடன் அமிர்தம் பேசவேயில்லை.

வீடு போய்ச் சேர்ந்ததும் அமிர்தம் சீறினான் : 'உன்ன மாதிரி இடியட்டை நான் பார்த்ததேயில்லை. ஒரேயடியா வழிஞ்சிக் கிட்டே வந்தியே, உன்னைப் பத்தி அந்தப் பொண்ணு என்ன நினைச்சுக்கும்?'

'என்ன நினைச்சுக்கிட்டா என்ன? நான் மத்தவங்களுக்காக வாழலே...'

'ஆல்ரைட்... ஆல்ரைட்...' என்று சொல்லிக் கொண்டே சோபாவில் சாய்ந்தவாறு, கைகளைத் தலைக்குப் பின்புறமாக வைத்துக் கட்டிக் கொண்டான் அமிர்தம்.

'எப்போதும் இரைஞ்சு பேசமாட்டீங்க, என்ன ஆச்சு உங்களுக்கு இன்னிக்கு...?' 'இன்னிக்கு' என்பதில் கொஞ்சம் அழுத்தம் கொடுத்துச் சொன்னாள் திலகம்.

அமிர்தம் கண்களை மூடிக் கொண்டான்.

அன்றிரவு அவனுக்கு தூக்கம் வரவில்லை. திலகம் ஏன் இப்படி இருக்கிறாள்? யாருடனும் அவளுக்கு நட்பு இரண்டு நாள்களுக்கு மேல் இருந்ததில்லை. கல்யாணமாகிப் பன்னிரண்டு வருஷங் களாகியும் குழந்தை பிறக்கவில்லை என்ற குறை அவளை இப்படியொரு 'ஸினிக்'காக மாற்றிவிட்டது. அவள் என்ன சொன்னாலும் அவளுடன் வழக்காடாமல் ஓர் இயந்திர வாழ்க்கை நடத்திக் கொண்டு வந்திருக்கிறான். ஆனால், எத்தனை நாள் களுக்குத்தான் இப்படி செயற்கையாக இருக்க முடியும்? திலகம் சொன்னது ஒரு சங்கடமான உண்மைதான்... தனக்கு 'இன்னிக்கு' என்ன ஆகிவிட்டது?

திலகத்திடம் அவன் நித்யாவைப் பற்றிக் கூறியதே கிடையாது. தான் பிறந்ததே அமிர்தத்தை மணக்கத்தான் என்று நினைத்துக் கொண்டு, அவனை வேறு எந்தவிதமாகவும் கற்பனை செய்து பார்க்காத, பார்க்கத் துணியாத ஒரு குறுகிய வட்டத்துக்குள் தன்னை அடைத்துக் கொண்டு விட்டாள் அவள். நித்யாவைப் பற்றி அவளிடம் சொல்லாமல் இருப்பதே தான் அவளுக்குச் செய்யக்கூடிய நியாயம் என்று அவன் நினைப்பதுண்டு. இப்பொழுது சொல்லலாமா என்று அவனக்குத் திடீரென்று தோன்றிற்று. அவன் திரும்பிப் பார்த்தான்.

திலகம் தூங்கிக் கொண்டிருந்தாள். திலகம் அழகுமில்லை. அவலட்சணமுமில்லை. தான் யாருக்குக் கட்டுப்பட வேண்டா மென்பதுபோல் ஓர் அஜாக்கிரதையான உற்சாகத்தோடு பெருகிய உடம்பு. குழந்தை பிறக்கவில்லை என்ற காரணத்தினாலோ என்னவோ, குழந்தையினுடையது போல் அமைந்த முகம்; இயற்கை செய்த ஈடு.

நித்யா நல்ல அழகு.. அதை அவனால் மறக்க முடியவில்லை என்பதுதான் அவன் செய்த துர்பாக்கியம். உள்ளத்தின் அடித் தளத்தில் இந்த எண்ணம், நெருஞ்சு முள் போல் உறுத்திக் கொண்டிருந்தது.

அந்தப் பெண் பானு, திலகத்திடம் விடைபெறும்போது தலையைச் சற்றுசாய்த்து, மேல் வரிசைப் பல்லுடன் கீழிதழ் மடிந்து பொருத்தப் பேசியது அப்படியே நித்யாவைப் போலவே இருந்தது. தான் இதுவரை வாழ்ந்த பன்னிரண்டு வருஷங்களும் அப்படியே கனவாகப் போய்விடக் கூடாதா? அவன் அவ்வாறு எண்ணி அந்தச் சிந்தனையின் சுகத்தில் சிறிது நேரம் இளைப் பாறினான். அப்பொழுது திலகத்தின் குறட்டை லேசாகக் கேட்டது.

அவன் கட்டிலிலிருந்து இறங்கி வராந்தாவுக்குச் சென்றான். எங்கும் இருள்... மௌனத்தின் சுமை... மதுரையைச் சுற்றிய ஆலவாய்ப் பாம்புபோல், ரிங் ரோடு தில்லியைச் சுற்றி ஓடிக் கொண்டிருந்தது. வரிசை வரிசையாக ஆஸ்பத்திரிக் கட்டடங்கள்... உள்ளே எவ்வளவு முனகல்களோ, வேதனைகளோ, வெளியே நின்று பார்த்தால் யாருக்குத் தெரியும்? விண் அளந்த கம்பீரத்துடன், அவை மோன மயமாக நின்றன.

'அங்கே என்ன செய்யறீங்க?'

திலகம் எழுந்துவிட்டாள் போலிருக்கிறது. அவள் குரல் இடைச்செருகலாக ஒலிக்கிறது. அமிர்தம் வராந்தா கதவைச் மூடிவிட்டு உள்ளே போனான்.

'தூக்கம் வரல்லே... சும்மாத்தான் நின்னுக்கிட்டிருந்தேன்.'

'யாரைப் பத்தி நினைச்சுக்கிட்டிருக்கீங்க?' - அவள் அரைத் தூக்கத் தில் சுவர்ப் பக்கமாகப் புரண்டு படுத்தாள். ஆனால், அவள் குரலில் இருந்த விஷமும் அவளிடமிருந்து புறப்பட்டு அவனைத் தனியே வந்து தாக்கியது.

அவன் கட்டிலில் வந்து உட்கார்ந்தான்.

'சொல்லட்டுமா?'

'என்ன சொல்லட்டுமா?'

'யாரைப் பத்தி நினைச்சிக்கிட்டிருந்தேன்னு?'

'என்னைப் பத்தி நினைச்சிக்கிட்டிருந்தேன்னு சொன்னீங்கன்னா அது பொய்.'

'உன்னைப் பத்தியில்லே...'

'பின்னே யாரைப்பத்தி?' - அவள், அவன் பக்கமாகத் திரும்பினாள். அவள் தூக்கம் கலைந்து விட்டது. அவளை என்றைக்காவது ஒருநாள் எழுப்பித்தானே ஆகவேண்டும்?

'உன்னை கல்யாணம் செய்துகிட்டதுக்கு முன்னாலே ஒரு பெண்ணோட சிநேகிதமா இருந்தேன். அந்தப் பெண்ணைப் பத்தி நினைச்சேன்.'

இதைச் சொன்னதும் அவன் மனத்தில் ஒரு நிம்மதி ஏற்பட்டது.

'நிஜமாகவா?' - திலகம் எழுந்து உட்கார்ந்தாள்.

'இப்போ பொய் சொல்ற மூட்லே நான் இல்லே...'

'அந்த ஃபேனை கொஞ்சம் வேகமா வைங்க... புழுக்கமா இருக்குது...'

அக்டோபர் மாத இறுதியில் அவளுக்குப் புழுக்கமாக இருக்கிற தென்றால், அது உடலைப் பற்றிய புழுக்கமாக இருக்க முடியாது.

அமிர்தம் ஃபேனை வேகமாகச் சுழலவிட்டான். 'விளக்கு வேணுமா?'

அவள் வேண்டாமென்று தலையை அசைத்தாள். அமிர்தம், மேஜையிலிருந்த கடிகாரத்தில் மணியைப் பார்த்தான். ரேடியம் ஒளியில் மூன்று என்று தெரிந்தது.

'உங்களைப் பத்தி நான் பெருமைப்பட்டுக்கிட்டிருக்கிறது ஒரே ஒரு விஷயம்தான். அதுவும் இல்லேன்னு ஆயிடுச்சி...'

'என்ன விஷயம்?'

'இன்னொரு பொம்பளை உங்களுக்கு இருந்திருப்பான்னு நான் நினைக்கலே.'

'நீ அப்படி நினைச்சிக்கிட்டிருந்ததுக்கு என்னைப் பொறுப்பாளியா ஆக்க முடியாது...'

'நீங்க ஏன் முதலிலேயே இதைச் சொல்லலே...?'

'முதலிலேயேன்னா என்ன அர்த்தம்?'

'கல்யாணம் ஆனவுடனே...'

'சொல்லியிருந்தால் என்ன செய்திருப்பே?'

'உங்களைப்பத்தி இத்தனை நாளும் ஒரு தப்பான அபிப்பிராயம் வைச்சிக்கிட்டிருந்தது. திடீர்னு ஏமாந்துபோறது எப்பேர்ப்பட்ட அவஸ்தைன்னு உங்களுக்குச் சொன்னா புரியுமா?'

திலகம் இப்படிப் பேசுவாள் என்று அவன் எதிர்பார்க்கவில்லை. அவள் அழுது ஆரவாரம் செய்வாள் என்றுதான் அவன் நினைத்தான். அவளால் இப்படித் தன் மன உணர்வை ஆராய்ந்து விளக்கமாகச் சொல்ல முடியும் என்பது அவனுக்குப் புது அனுபவம். அவளை அவன் கூர்ந்து நோக்கினான்.

'யார் அவள்?' என்றாள் திலகம். குரலில் கண்ட நிதானம் அவனைக் கொஞ்சம் பயப்படச் செய்தது.

'அவள் இங்கேயில்லை... அமெரிக்காவிலே இருக்கா. கல்யாணத் துக்கு அப்புறம் அவளை நான் பார்க்கவேயில்லை.'

'யார் கல்யாணத்துக்கு அப்புறம்?'

'நம்ம கல்யாணத்துக்கப்புறம். அது கிடக்கட்டும், வக்கீலா நீ, இப்படிக் குறுக்கு விசாரணை செய்ய...?'

திலகம் கட்டிலை விட்டு இறங்கினாள். வராந்தா கதவுப் பக்கமாகப் போய் நின்றாள்.

'அதான், இத்தனை நாளா நீங்க என்கிட்ட மனசை விட்டுப் பழகலியா?'

'அதுக்கும் இதுக்கும் சம்பந்தமே கிடையாது. கல்யாணத்துக்கு அப்புறம் பார்க்கலேன்னு சொல்றேன். என்னென்னமோ வெல்லாம் சொல்லிக்கிட்டிருக்கியே...'

'பார்க்கலேன்னா என்ன? நினைச்சுக்கிட்டிருந்தீங்க. இது பெரிய துரோகம்.'

அமிர்தம் கட்டிலில் படுத்துக் கொண்டான். 'சரி, சரி... படுத்துக்க. ராத்திரியிலே சண்டை வேண்டாம்.'

'இன்னிக்கு அவள் ஞாபகம் ஏன் வந்தது?'

அமிர்தம் பதில் சொல்லவில்லை.

'நான் சொல்லட்டுமா?' என்று கேட்டாள் திலகம்.

'என்ன சொல்லட்டுமா?' - கட்டிலில் அவன், அவள் பக்கம் திரும்பினான்.

'சாய்ந்தரம் வீடு மட்டும் கொண்டுபோய் விட்டீங்களே, அந்தப் பொண்ணு பானுவோ, கூனுவோ, அவளோட அம்மாதான் உங்களுக்கு மாஜி காதலி. அதான் அவ அம்மா நடிப்பான்னு யார் சொன்னான்னு நான் கேட்டதுக்கு அப்படி எரிஞ்சி விழுந்தீங்க. இப்பத்தான் எல்லாம் புரியறது.'

'இப்போ நிறுத்தப்போறியா இல்லையா, உன் மடத்தனமான பேச்சை. டாக்கிங் அப்ஸெல்யூட் ராங்...'

'ஏன் இவ்வளவு கோபம் வரது? நான் சொல்றது உண்மைங்கிறது உங்க மனசாட்சிக்குத் தெரியும். அவ அமெரிக்காவிலே இருக்கா, ஆஸ்திரேலியாவிலே இருக்காங்கிறதெல்லாம் கதை.'

அமிர்தத்துக்கு என்ன செய்வதென்றே புரியவில்லை. அவள் பேசப் பேச, கோபத்தில் அவன் உடம்பு லேசாக ஆடியது.

வராந்தா கதவை திறந்துகொண்டு வெளியே போய் நின்றான்.

அவன் இதுவரையில் இந்த அளவுக்கு ஆத்திரம் அடைந்ததே யில்லை.

தனக்கு ஏன் இவ்வளவு கோபம்? இல்லாதது ஒன்றைத் திலகம் கற்பித்துச் சொன்னதினாலா? அல்லது பானுவுக்கு இருபது இருபத்திரண்டு வயது இருக்கலாம். அப்படியானால் அவள் தாயாருக்கு நாற்பது வயதுக்குக் குறையாது, அவளுடன் தன்னை சம்பந்தப்படுத்தி திலகம் கூறியதனால் தன் வயதின் மீது தனக்கு ஏற்பட்ட கோபத்தினாலா?... அந்தப் பெண் தன்னை 'மாமா' என்று சொன்னதில் என்ன தவறு? புரூவுக்குக் கொடுத்ததுபோல் இளமையைத் தரத் தனக்கு ஒரு யயாதியும் தோன்றவில்லை...

இளமை என்பது எவ்வளவு இனிமையான பருவம்! அப்பொழுது அவனுக்கு நித்யாவை முதன் முதலாகச் சந்தித்த நிகழ்ச்சி நினைவுக்கு வந்தது. ரீகல் தியேட்டர். 'த்ரீ காய்ன்ஸ் இன் ஏ ஃபவுன்டன்' என்ற திரைப்படத்தைப் பார்த்துவிட்டு திரும்பி வரும்போது, பஸ் ஸ்டாப்பில் அவள் நின்று கொண்டிருப்பதை அவன் பார்த்தான். கரோல்பாக்கில் அவன் வசித்து வந்து வீட்டின் முதல் மாடியில் அவள் அம்மாவுடன் இருக்கிறாள் என்பது அவனுக்குத் தெரிந்த விஷயம். அடிக்கடி பார்த்திருக்கிறானே தவிர பேசியதில்லை.

அப்பொழுது அவனிடம் ஸ்கூட்டர் இருந்தது. அவளை ஸ்கூட்ட ரில் அழைத்துச் சென்றால் என்ன என்று அவனுக்கு தோன்றியது. அவளை அணுகிக் கேட்டான். அவள் முதலில் தயங்கினாள். பிறகு ஒப்புக் கொண்டாள்.

அப்பொழுது அவன் இளைஞன். அதுவே நித்யாவின் தயக்கத் துக்கு காரணம்.

ஆனால், இன்று பானு உடனே தன்னுடன் காரில் வர சம்மதித்து விட்டாள். இது அவன் வயதின் மீது அவள் வைத்த நம்பிக்கை. அவள் ஓரளவு தன் தயக்கத்தைக் காட்டியிருக்கக் கூடாது. சே, என்ன முட்டாள் தனமான நினைவு. திலகம் அருகில் இருந்த போது அவள் ஏன் தயங்க வேண்டும்.

நித்யாவை அன்று அவன் கொண்டுபோய் விட்டதும், அவள் அவனை மாடிக்கு அழைத்தாள். அவன் மறுக்கவில்லை. ஆனால்

அவள் தாயார் என்ன சொல்வாளோ என்ற பயம் அவனுக்கு இருந்தது. ஆனால், நித்யா அவனை அறிமுகப்படுத்தியதுடன் அவள் அம்மா அவனைச் சந்தோஷத்துடன் வரவேற்றாள்.

'பஸ் வரத்துக்காகக் காத்திருந்தாள்னா ராத்திரி பத்து மணிக்குத்தான் இவ வந்திருப்பா...'

முற்போக்கான குடும்பம் என்று அவனுக்குப்பட்டது. நித்யாவின் அப்பா போன பிறகு அவர்களைக் காப்பாற்றி வந்தவர் நித்யாவின் மாமா. ஏற்கெனவே இன்டர்மீடியட் வரையில் படித்திருந்த அவள் அம்மா, எம்.ஏ. ஹோம் சயின்ஸ் பாஸ் செய்து விட்டு தில்லி கல்லூரி ஒன்றில் வேலையாக இருந்தாள்.

'சாப்பிட்டுப் போகலாமே, மெஸ் சாப்பாடு தானே?' என்றாள் அவள்.

'பரவாயில்லே, உங்களுக்குச் சிரமம்...?' என்று திரும்பிப் போக முற்பட்டான் அமிர்தம்.

'நோ... நோ... நிங்க நித்யாவோட பேசிண்டிருங்கோ. ஒரு நிமிஷத்திலே எல்லாம் ஆயிடும்...'

'ஒரு நிமிஷம்' அரைமணியாயிற்று. நித்யா அவனுடன் பேசிக் கொண்டிருந்ததால் அந்த அரைமணி அவனுக்கு ஒரு நிமிஷம் போலத்தான் இருந்தது. நித்யா ஏதோ கம்பெனியில் வேலையாக இருந்தாள். ரிஸப்ஷனிஸ்ட். அவனை அடிக்கடி பார்த்திருப்ப தாகவும் பல சமயங்களில் பேச நினைத்ததாகவும் சொன்னாள். அவனும் தன்னைப் பற்றிக் கூறினான். சென்ட்ரல் சர்வீஸ் பரீட்சையில் தேறிய, 'அரசாங்க நிர்வாக இயந்திரத்தின் ஓர் ஆணி' இவ்வாறு அவன் சொன்னதற்காக அவள் சிரித்தாள்... அது அவனுக்கு மிகவும் பிடித்திருந்தது. அவள் பொழுதுபோக்கு, புகைப்படம் பிடித்தல்... தான் எடுத்த பல படங்களை அவள் காண்பித்தாள். 'எனக்கு குறிப்பிட்ட பொழுதுபோக்குன்னு ஒண்ணும் கிடையாது, அழகான பொருட்களையோ, விஷயங் களையோ ரஸிப்பதைத் தவிர' என்றான் அவன். அவள் முகம் சிவந்தது...

அன்றிரவு சாப்பிட்டுவிட்டு திரும்பும்போது மணி பதினொன்று.

4

நித்யாவை அவள் வீட்டில் அமிர்தம் சந்தித்து
விட்டு வந்த அன்றிரவுக்கும் இன்றிரவுக்கும்
எவ்வளவு வித்தியாசம்! காலத்தையும்
கனவுகளையும் இப்படிக் கரைப்பதற்குத்தான்
வாழ்க்கை என்று பேரா? ஒருவேளை அன்
றிரவு தான் கண்ட கனவு நனவாகியிருந்தால்,
இன்றிரவு இங்கு வராந்தாவில் நின்று
கொண்டு கனவு காண வேண்டிய அவசியம்
இல்லாமல் போயிருக்கும். நிகழ்ச்சி என்பது
நினைவுக்குச் செய்யும் கொடுமை. கனவு
கனவாயிருப்பதில் எவ்வளவு சுகம்! நேரே
பார்ப்பதைவிட, வண்ணக் கண்ணாடியில்
பார்க்கும்போது, பொருட்கள் எவ்வளவு
அழகாக இருக்கின்றன!

பன்னிரண்டு வருஷங்களாகத் தான் வாழ்ந்த
வாழ்வு போலித்தனமானது... தன் சிந்
தனையைத் தர்மமாகக் கொண்டு வாழாத
கபட நாடகம். ஊராரை எதிர்த்துக்கொள்ளக்
கூடாது, ஒட்டி வாழ வேண்டும் என்ற ஆட்டு
மந்தை மனப்பான்மை... அமைதி என்ற
வேஷத்தில் பொய்யுடன் சமரஸம் செய்து
கொண்ட கையாலாகாத்தனம்.

தன் வாழ்க்கை இப்படியேதான் முடி
வடைந்துவிட வேண்டுமா?

அப்பொழுது திலகத்தின் விசும்பல் அவனுக்குத் தெளிவாகக் கேட்டது. தான் அழ வேண்டும், திலகம் ஏன் அழுகிறாள்?

அவன் எதிரே விண் அளந்து நின்ற ஆஸ்பத்திரிக் கட்டடங்கள் மறைந்தன. அவன் இருளைத் தவிர வேறொன்றும் காண வில்லை. மனம் சூன்யமாயிற்று...

•

திலகம் தன்னைச் சுற்றி ஒரு மௌனச்சுவர் எழுப்பிக் கொண்டு விட்டாள். அமிர்தம் அதைத் தாண்டிச் செல்ல முற்படவில்லை. இப்படியே ஒரு வாரம் கழிந்து விட்டது.

அன்று இரண்டாவது சனிக்கிழமை. அகில இந்திய சித்திரப் பொருட்காட்சி, ரவீந்திர பவனில் நடந்து கொண்டிருந்தது. அதைப் பார்க்கப் போகலாம் என்று நினைத்தான் அமிர்தம். திலகத்தையும் கூப்பிடலாமா? அவளுக்குச் சித்திரப் பொருட் காட்சிகளைக் காணவேண்டுமென்ற ஆர்வம் கிடையாது என்பது வாஸ்தவம்தான். ஆனால், தன்னைக் கூப்பிடாமல் அவன் போய் விட்டு வந்தான் என்று தெரிந்தால் இந்த மௌனம் நீடிக்கும் என்று சொல்ல முடியாது. அவனுக்கு அடுத்த இரண்டு நாள் களும் நரகவேதனைதான்.

திலகம் உணவு பரிமாறும்போது அவன் சொன்னான் : ‘ஆர்ட் எக்ஸிபிஷன் போகலாம்னு இருக்கேன்...’

அவள் பதில் பேசாமல் ஒரு கிண்ணத்தில் தயிரை எடுத்து வைத்தாள்.

‘வருவதாயிருந்தால் வரலாம்...’

‘நான் வரலே...’

நல்லவேளை, கேட்டு வரவில்லை என்று சொல்லிவிட்டாள். அப்பொழுது அவன் மனத்தில் திடீரென்று உற்சாகம் ஏற்பட்டது. அதே சமயத்தில் திலகத்திடம் அவனுக்கு ஓர் அனுதாப உணர்ச்சி யும் உண்டாயிற்று.

சாப்பிட்டு முடித்தவுடன் அவன் ‘எக்ஸிபிஷன்’ காண்பதற்காகப் புறப்பட்டான்.

அவன் காரில் உட்கார்ந்ததும், மாடியிலிருந்து ஜன்னல் வழியாகத் திலகம் தன்னைப் பார்த்துக் கொண்டிருக்கிறாள் என்பதை அவன் உணர்ந்தான்.

நான் மறுபடியும் கூப்பிடுவேன் என்று அவள் எதிர்பார்க்கிறாளா? அழைத்தால் வந்தாலும் வந்து விடுவாள்... அவள் பக்கம் அவன் திரும்பாமல் காரை ஓட்டிக் கொண்டு சென்றான்.

'அகில இந்திய' என்று போட்டிருந்தார்களே தவிர, பல இடங் களிலிருந்து ஓவியங்கள் வரவில்லை. கலை விஷயத்திலும் இந்த பொல்லாத அரசியல். பல பிரபல சைத்திரீகர்கள் ஒத்துழைக்க மறுத்து விட்டார்கள். இந்த அகில இந்திய சித்திரப் பொருட் காட்சிக்கு ஏற்பாடு செய்ததே அரசாங்கம்தான். ஆனால் அதன் தேர்வுக்குழுவில் இருந்த அங்கத்தினர்களுக்கு, தங்களுடைய ஓவியங்களை மதிப்பிடத் தகுதியில்லை என்பது பல சைத்திரீ கர்களின் வாதம். பொருட்காட்சியில் ஒரு சில படங்களைத் தவிர மற்றவையெல்லாம் மிகவும் சராசரிதான்.

'பிரளயம்' என்ற படம் அருமையாக இருந்தது. நிறச்சேர்க்கை எதேச்சையாக நிகழ்ந்துவிட்ட அற்புதம்போல், அமிர்தத் துக்குத் தோன்றியது. ஏனென்றால் அந்த ஓவியருடைய இன்னொரு படம் மிகவும் சாதாரணம். வண்ணங்களே உணர்ச்சிகளாக, கரு, உரு வேறுபாடில்லாமல் அப்படியே நேரடியாக இதயத்தோடு உறவாடின. 'பிரளயம்' நிகழ்வதைப் பௌதீக ரீதியாக உணர்வது போன்ற மயக்கம். அவன் மெய்சிலிர்த்து நின்றான்.

இதை வரைந்த சைத்திரீகர் பிரபல ஓவியர் அல்லர். ஆனால், அவர் உள் மனத்திலும் தன் மனத்தில் இப்போது நிகழ்வதைப் போல் பெரிய பிரளயம் நிகழ்ந்திருக்க வேண்டும்.

'நமஸ்காரம்...'

அவன் திரும்பிப் பார்த்தான். பானு! தாழம்பூ உடம்பை அணைத்த ரத்தச் சிவப்பு 'ட்ரெலான்'. கறுப்பு நிறச்சோளி. அவள் புன்சிரிப்பில் கண்களும் பங்கு கொண்டன.

'பிரமித்துப்போய் நிற்கிறேன்...' என்றான் அமிர்தம்.

'ஏன்?'

அவசரத்தில், உணர்ச்சிமயமாக நின்ற நிலையில் ஏதோ சொல்லி விட்டோம் என்று அவனுக்குப் பட்டது. அதற்கு மேல் அதை அவன் விளக்கத் தயாராக இல்லை.

'இது ரொம்பப் பிரமாதமான படம்' என்று சொல்லிவிட்டு, 'பிரளய'த்தைப் பார்த்துக் கொண்டே நின்றான் அமிர்தம்.

'இது நல்லாயிருக்கு'

'என்ன இப்படிச் சாதாரணமாகச் சொல்றே'

'எளிமையா சொன்னாத்தான் நன்னாச் சொல்லறதா அர்த்தம். பாக்கியெல்லாம் வெறும் சொல் விரயம்தான்.'

அமிர்தம், அவளைப் பார்த்துப் புன்னகை செய்தான். 'உண்மை யான விமரிசன பாவனையோடதான் பேசறே நீ...'

'நோ... ப்ளீஸ்... நான் கிரிட்டிக் இல்லே'

'நான் உன்னைத் திட்டலே. மறுக்க வேண்டாம்'

பானு சிரித்தாள். சிரிக்கும்போது அவள் கன்னங்கள் குழி வடைந்தன.

'எக்ஸிபிஷன் எப்படி இருக்கு?' என்று கேட்டான் பானு.

'எல்லா அரசாங்கக் காரியங்களையும் போலத்தான் ஏனோதானோவென்று...'

'நீங்களும் அரசாங்கத்தைச் சேர்ந்தவர் தானே?'

'எப்படித் தெரியும்?'

'கித்வாய் நகரிலே இருக்கீங்கன்னா, அதுவே சர்க்கார் துறை ஆசாமி என்பதை வெளிச்சம் போட்டுக் காட்டிடுமே...'

தன்னைப் பற்றி அவள் விசாரித்திருப்பாளோ என்று நினைத்த அமிர்தத்துக்கு ஓரளவு ஏமாற்றமாக இருந்தது. அவன் மௌன மாக இருப்பதைக் கண்ட பானு சொன்னாள் :

'நான் உங்களைத் திட்டலே...'

அமிர்தம் சிரித்தான்.

இருவரும் ரவீந்திர பவனைவிட்டு வெளியே வந்தனர்.

'வீட்டுக்குத்தானே?' என்றான் அமிர்தம்.

'ஆமாம்... நன்றி' என்று அவனுடைய அடுத்த கேள்விக்கும் சேர்த்துப் பதில் சொல்லிவிட்டாள் பானு.

காரில் உட்கார்ந்ததும் பானு சொன்னாள்: 'நானும் கொஞ்சம் பெயிண்ட் பண்ணுவேன். ஆயில் பெயிண்டிங்!'

'அப்படியா? நான் அவற்றைப் பார்க்க ஆசைப்படறேன்!'

'அதிகமில்லை. ஏதோ கொஞ்சம்... நீங்க செய்யறதுண்டா?'

'இல்லை! நான் வெறும் ரஸிகன்தான். நீ எந்த ஸ்கூல்?'

'ஸ்கூலுமில்லே ஒண்ணுமில்லே. மனசுக்குத் தோணினபடி...'

'அப்படின்னா உனக்கு முழு சுதந்தரம்தான். ஒரு கொள்கையிலே புகுந்துக்கிறது, ஒரு பந்தத்திலே மாட்டிக்கிட்டு முழிக்கிற மாதிரி...'

'மாமி சௌக்கியமா?' என்று கேட்டாள் பானு. எதற்காக இந்தக் கேள்வி கேட்கிறாள்?

ஃபிரோஷ்ஷா ரோடு வழியே கார் போய்க் கொண்டிருந்தது. கர்ஸன் ரோட் அதைச் சந்திக்கும் இடத்தில், வேகமாக வந்து கொண்டிருந்த ஒரு 'பட்-பட்டி', கார் மீது மோதத் தெரிந்தது.

காரை மிகவும் சாமர்த்தியமாகச் சமாளித்து நிறுத்தினான் அமிர்தம்.

'நீ வர்றபோதெல்லாம் ஏதாவது விபத்து ஆகும் போலிருக்கிறதே' என்று சிரித்துக் கொண்டே சொன்னான் அமிர்தம்.

'உங்களுடைய அளவு கடந்த உற்சாகம் இதுக்குக் காரணமா யிருக்காதுன்னு நினைக்கிறேன்' என்றாள் பானு.

அன்று திலகம் சொன்னதை அவள் இன்னும் மறக்கவில்லை என்று அவனுக்குப் புரிந்தது.

'உனக்கு நல்ல ஞாபகசக்தி இருக்குது...'

'அது ஒண்ணுதான் வாழ்க்கையைச் சுவாரசியமாக்குகிற விஷயம்.'

எவ்வளவு வாஸ்தவமானது! நித்யாவும் இவளைப் போலத்தான் பொறிப் பொறிகளாகப் பேசுவாள்! அவளை முதல் சந்திப்புக்குப் பிறகு ஒரு வாரம் கழித்துத்தான் சந்தித்தான். 'ஐஸ் கிரீம் பார்லரில்' ஏதோ சாப்பிட்டுக் கொண்டு, கை நிறைய புது வருஷ வாழ்த்து அட்டைளுடன் நின்றுகொண்டிருந்தாள்.

'ஹல்லோ!'

'கம் ஆன்... நீங்களும் சாப்பிடுங்க... உம் காபி தேதோ...'

'தாங்க்யூ... உங்க வெயிட்டைப் பற்றி நீங்க கவலைப்படற தில்லையா?'

'நான் ரொம்ப ஒல்லியா இருக்கிறதாக ஒரு நினைப்பு. வெயிட் ஏறுமான்னுதான் இப்படிச் சாப்பிடறேன்.'

'அப்ப இன்னொன்று சாப்பிடுங்கோ!'

'ஓ.கே.'

தயங்காமல் அவள் ஒப்புக் கொண்டது அவனுக்கு ஆச்சரியமாக இருந்தது.

'உங்களுக்கு நிறைய ஃபிரண்ட்ஸ் போலிருக்கு' என்றான் அமிர்தம், அவள் கையில் வைத்துக் கொண்டிருந்த வாழ்த்து அட்டைகளைப் பார்த்தவாறு.

'ஆமாம்! உங்களுக்கும் ஒண்ணு வரும்...'

'நன்றி! அப்படின்னா நானும் ஒண்ணு வாங்கியாகணும் இந்த வருஷம்!'

'அப்படின்னா உங்களுக்கு ஒரே ஒரு ஃபிரண்டுதான்னு அர்த்தமா?'

'ஆமாம்' என்பதற்காக அவன் தலையை அசைத்தான்.

'அதைப்பத்திப் பெருமைப்படற மாதிரி தலையை ஆட்டறீங் களா?'

‘எதைப்பத்தி? ஒரே ஃபிரண்ட் என்கிறதைப் பத்தியா?’

அவள் அதற்குப் பதில் சொல்லவில்லை. திடீரென்று மௌனமானாள். கொஞ்சம் அதிகமாகவே பேசிவிட்டோமோ என்று அவனுக்குத் தோன்றியது.

‘ஐ லைக் யுவர் மதர்...’ என்று தான் பேசியதற்கு ஈடு செய்வதுபோல் அவன் கூறினான்.

‘அம்மாவுக்கும் உங்களைப்பத்தி நல்ல அபிப்பிராயம்தான்.’

அந்த நல்ல அபிப்பிராயத்தைத் தான் காப்பாற்றிக்கொள்ள வேண்டும் என்பதற்காக இதைச் சொன்னாளா? அல்லது... அல்லது... அதைப்பற்றி நினைக்கும்போது அவன் மனம் சந்தோஷத்தால் பூரித்தது.

‘உங்களுக்குச் சிநேகிதர்கள் கிடையாதுன்னு அன்னிக்கே எனக்குத் தெரியும்...’

‘என்னிக்கு?’

‘சினிமாவிலே பார்த்த அன்னிக்கு... உங்க வயசிலே வேற யாரு தனியா சினிமாவுக்குப் போவா?’

‘நீங்களும் தனியாகத்தானே வந்தீங்க. அதுக்கு என்ன அர்த்தம்?’

‘கல்யாணமாகாத ஆம்பிள்ளை தனியா போறதும், கல்யாண மாகாத பொண்ணு இன்னொருத்தரோட போறதும் ஏன்னு யோசிக்க வேண்டிய விஷயங்கள்...’

‘ஆஸ்கார் வொயில்ட் மாதிரி பேசறீங்களே...’

‘இது பாராட்டுன்னு நினைக்கிறேன்’

இருவரும் பேசிக்கொண்டே வீடு போய்ச் சேர்ந்தார்கள். ‘நீங்க என் சிறு குடிலை வந்து பாருங்களேன்’ என்று அழைத்தான் அமிர்தம்.

‘இருங்க... அம்மாகிட்டே சொல்லிட்டு வந்துடறேன்’ என்று மாடிக்குப் போனாள் நித்யா.

சிறிது நேரம் கழித்து வந்தாள். அவள், உடையை மாற்றியிருந் ததைக் கவனிக்க அவன் தவறவில்லை.

அவனுடைய புஸ்தக அலமாரியருகே நின்றுகொண்டு அவனுடைய நூல்நிலையத்தை ஆராயத் தொடங்கினாள். அவன் பக்கத்தில் நின்றான். அவள் சூடியிருந்த நித்யமல்லிகை, தன் மணத்தால் அவன் இதயத்தை நிறைத்தது.

அவன், அவள் சற்று உயரத்தில் இருந்த புஸ்தகத்தை எடுக்க முயலும்போது, அவள் மேல் உராய்ந்துகொண்டு புஸ்தகத்தை எடுத்துக் கொடுத்தான்.

'புஸ்தகத்தைப் புரட்டிப் பார்த்துவிட்டு, அங்கேயே வெச் சுடுங்கோ' என்றான் அவன். மறுபடியும் அவன், அவள் மீது உராய்ந்தான். அது எதேச்சையல்ல என்று அவளுக்கு நிச்சயம் தெரிந்திருக்க வேண்டும். அப்படியும் அவள் மௌனமாக நின்றாள்.

மௌனத்தின் அர்த்தத்தை அமிர்தம் அன்றுதான் புரிந்து கொண்டான்.

நித்யா, அரைமணி நேரத்துக்குப் பிறகு அவனிடம் விடை பெற்றுக் கொண்டாள். மாடியில் அவனுடைய அம்மா வெகு நேரம் இல்லை என்று அவனுக்குப் பிறகுதான் தெரிந்தது. அதுவும் நித்யா வேறொரு சமயத்தில் சொன்னாள்...

●

'டிரைவிங் செய்யறபோது பேசற வழக்கம் இல்லியோ?' என்று கேட்டாள் பானு.

'இல்லே... நீ இப்போ சொன்னியே 'ஞாபக சக்தி ஒண்ணுதான் சுவாரசியமான விஷயம்'னு அதைப்பற்றி யோசிச்சுக்கிட்டிருந் தேன்...'

'யோசிக்கிறதுக்கு நிறைய விஷயங்கள் இருக்கு போலிருக்கு...'

'ஆமாம். ஏராளமா இருக்கு...'

பானு அவனை ஒருதடவை பார்த்துவிட்டுப் பிறகு பேசாமல் இருந்தாள். சிறிது நேரம் சென்ற பிறகு அமிர்தம் சொன்னான் : 'நான் என்ன யோசிச்சுக்கிட்டிருந்திருப்பேன்னு, நீ யோசிச்சுக் கிட்டு இருக்கியா?'

பானு பதில் கூறவில்லை. சிரித்தாள். கொஞ்ச நேரத்துக்குப் பிறகு கேட்டாள்: 'ஆமாம் அன்னிக்கு நீங்கள் பதில் சொல்லலியே, அந்தக் கேள்விக்கு இப்போ பதில் சொல்ல முடியுமா?'

'என்ன கேள்வி?'

'எங்கம்மா நாடகத்திலே நடிப்பான்னு யாரு சொன்னா?'

'கேசவன்னு ஒரு நண்பர் சொன்னாரு... 'அம்மாவும் பொண்ணுமாகச் சேர்ந்து எங்க தியேட்டர் குரூப்புக்கு ஒரு நட்சத்திர மதிப்பு'ன்னாரு.'

'நட்சத்திர மதிப்பா? நன்னா கிண்டல் பண்றீங்க' - அவள் கூந்தலை முன்புறம் தள்ளி நுனி முடிச்சில் இருந்த ரிப்பனை சரிவர முடிந்தாள். குரலில் கண்ட அலட்சிய பாவம் அவன் கூற்றைப் பரிவுடன் தடவிக் கொடுப்பது போலிருந்தது.

'நீ பெரிய வெர்ஸடைல் ஆர்டிஸ்ட். பலதரப்பட்ட கலைகளில் உனக்குப் பரிச்சயம் உண்டு போலிருக்கே? நடிப்பு, பெயிண்டிங்... டான்ஸ் தெரியுமா?'

'அதுவும் கொஞ்சம்... எங்கம்மா ஒரு காலத்திலே நன்னா ஆடுவாளாம். மெட்ராஸிலே அந்தக் காலத்திலே ஆடியிருக்கா.'

'உங்களுக்குச் சொந்த ஊரே மெட்ராஸ்தானா?'

'இல்லை. திருவாரூர். எங்கப்பா அங்கே பள்ளிக்கூட வாத்தியாரா இருந்தார்.'

'உங்கப்பா அப்புறம் மெட்ராஸுக்கு வந்துட்டாரா?'

'அது கிடக்கட்டும். நான் இப்போ என்ன செய்யறேன்னு கேட்காமே, பழசையே கேட்டுண்டிருக்கீங்களே!'

தான் கேட்ட கேள்விக்கு அவள் பதில் சொல்ல விரும்பவில்லை என்று அவனுக்குப் புரிந்தது.

5

'ஐ ஆம் ஸாரி... உன் குடும்ப விஷயங்
களைப் பற்றி நான் அநாவசியமாகக்
கேட்டுக்கிட்டிருக்கேன்' என்றான் அமிர்தம்.

'தட் ஈஸ் ஆல்ரைட்... இப்போ என் அம்மா
டான்ஸ் ஸ்கூல் நடத்தறா. நான் ரேடியோ
விலே வேலையாயிருக்கேன்... டில்லிக்கு
வந்து ஒரு வருஷமாகிறது' என்றாள் பானு.

'வந்த உடனேயே உனக்கு அலாட்மென்ட்
கிடைச்சிடுச்சே. ரொம்ப அதிர்ஷ்டக்காரி.'

பானு சிரித்தாள்.

'எதுக்குச் சிரிக்கிறே?'

'ஒரு சராசரி அரசாங்க உத்தியோகஸ்தர்
மாதிரி நீங்க பேசறது ஆச்சரியமாயிருக்கு...'

அமிர்தத்துக்கு வெட்கமாய்ப் போய்
விட்டது. பன்னிரண்டு வருடங்களுக்கு
முன்னால் இப்படிப் பேசியிருக்க மாட்டான்.
அவன் சாப்பிட்டுக் கொண்டிருந்த மெஸ்
ஸில் இன்கிரிமெண்ட் கன்ஃபர்மேஷன்,
பிரமோஷன்ஸ் ரூல் என்று சாப்பிடும்போது
பேசிக் கொண்டிருப்பவர்களைப் பார்த்தால்
அவனுக்கு எரிச்சலாக வரும். 'வாழ்க்கையை
அரசாங்க விஷயங்களுக்காக அர்ப்பணித்த

அற்ப சந்தோஷிகள்' என்று அவன் நினைப்பதுண்டு. பானு சொன்னது அவன் முகத்தில் அறைந்தது போல் இருந்தது.

'எனக்கு வயசாகிண்டிருக்கு' என்றான் அமிர்தம்.

'என்னது?'

'வயசாகிண்டிருக்கு. அதான் 'அலாட்மெண்ட்', 'ரிடையர் மெண்ட்' மாதிரி விஷயங்களைப் பத்தியெல்லாம் பேசத் தோணுது... ஒரு பாதுகாப்பு வேணுமில்லையா...?'

தன்னைத்தானே வருத்திக்கொள்ள வேண்டுமென்பதற்காக அவன் இப்படிப் பேசினான். பானு பேசாமல் இருந்தாள். 'வயசாகிண்டிருக்கு' என்பதை அவள் மறுக்கக்கூடுமென்று அவன் எதிர்பார்த்தான். அவள் அமைதி அவனுக்கு ஏமாற் றத்தைத் தந்தது.

'உங்கப்பா அப்புறம் மெட்ராஸ் வந்துட்டாரா?'ன்னு நீங்க கேட்ட கேள்விக்கு நான் பதில் சொல்லல்லே... அதுக்கு ஏன்னு நீங்க கேட்கவுமில்லே' என்றாள் பானு.

'நான் கேட்பேன்னு எதிர்பார்த்தியா?'

'இன்ஃபாக்ட், இல்லே... ஆனா இப்போ அதுக்குப் பதில் சொல்லலாம்னு எனக்குத் தோன்றுகிறது' என்று சொல்லிவிட்டு அவள் நிறுத்தினாள்.

அமிர்தம் பேசாமலிருந்தான்.

பானு சொன்னாள், 'எங்கப்பாவுக்கும் எங்கம்மாவுக்கும் ஒத்துப் போகலே... கல்யாணம் ஆன அப்புறமும் எங்கம்மா நடனம் ஆடறது எங்கப்பாவுக்குப் பிடிக்கலே. என்னை அழைச்சிண்டு எங்கம்மா மெட்ராஸ் வந்துட்டா...'

லட்சுமிபாய் நகர் வந்துவிட்டது. அமிர்தம், காரை ஓரமாக நிறுத்தினான்.

'உங்களைச் சந்தித்த இரண்டாம் நாளே நான் இப்படிப் பேசறது உங்களுக்கு ஆச்சரியமாக இல்லே.'

'இன்ஃபாக்ட், இல்லே'

பானு புன்னகை செய்தாள்.

'நான் ஒரு கேள்வி கேட்கலாமா?' என்றான் அமிர்தம்.

'தாராளமா...'

'உன் அனுதாபம் யாருக்கு, அம்மாவுக்கா அல்லது அப்பா வுக்கா?'

'அப்பாவுக்கு... எனக்கு அம்மாவைக் கண்டால் அறவே பிடிக் காது... வெறுக்கிறேன்...' - இதைச் சொல்லிவிட்டு அவள் விண்ட் ஸ்கிரீன் வழியே வெளியே பார்த்துக் கொண்டிருந்தாள். கண்களில் இயற்கையாக இருந்த குறுகுறுப்பு இப்போது காணவில்லை. தாடை இறுகியது. 'அம்மாவை வெறுக்கிறேன்' என்று அவள் சொன்னது பொய்யில்லை என்று தெரிந்தது.

'உங்கப்பா இப்போ எங்கே இருக்காரு?'

'திருவாரூரிலேதான் இருந்தார், கடைசிமட்டும். அவர் போய் ஐந்தாறு வருஷமாகிறது...'

'நீ அவரைக் கடைசியா எப்போ பார்த்தே?'

'அம்மாவோட மெட்ராஸ் வந்தப்புறம் நான் பார்க்கவே இல்லே. கடைசியா பார்த்தபோது எனக்கு ஆறு வயசு'

'மன்னிக்கணும்... ஆறு வயசிலே உனக்கு உங்கப்பாவைப் பத்தி அதிகமாகத் தெரிஞ்சுக்கிட்டிருக்க முடியாது. அப்படியிருக் கிறப்போ உன் அனுதாபம் உங்கப்பாவுக்குன்னு எப்படி உன்னாலே சொல்ல முடியும்? உங்கம்மாவை உங்கப்பா எப்படி நடத்தினார்னு உனக்கென்ன தெரியும்?'

'எங்கம்மாவோட இத்தனை வருஷமா பழகி வர்ற எனக்கு, எங்கப்பாவை எங்கம்மா எப்படி நடத்தியிருப்பாங்கன்னு சொல்ல முடியும், இல்லியா?'

'நீ ரொம்ப புத்திசாலிதான்' என்றான் அமிர்தம்.

'போதும்... பாராட்டெல்லாம் எனக்கு வேண்டாம். இதை நான் என் புத்திசாலித்தனத்தைக் காட்டறதுக்காகச் சொல்லலே. எங்கம்மாவைவிட்டு வந்துடணுங்கிறதுதான் என் ஆசை... என்ன செய்யறதுன்னு புரியலே'

அமிர்தம் திடுக்கிட்டான். இதை அவள் மிகவும் நிதானமாகச் சொன்னாள். பல வருஷங்களாக யோசித்து இம்முடிவுக்கு வந்தவள் போல், அவள் குரலில் ஓர் உறுதி தெரிந்தது.

'ஒரு பந்தத்தை உதறி எறிஞ்சுட்டுப் போறதுங்கிறது சாதாரண விஷயமா?' என்று அவன் கேட்டான்.

'எங்கம்மாவுக்கு இருந்த துணிச்சல் எனக்குக் கூடாதா?'

'இரண்டாம் நாளே நிறைய பேசிவிட்டோம்னு நினைக்கிறேன்' என்றான் அமிர்தம்.

'உங்களுக்கு நேரமாகிறது, அப்படித்தானே?' என்று சொல்லிக் கொண்டே கார் கதவைத் திறந்தாள் பானு.

'இல்லே... அதுக்குச் சொல்லலே நான். பல விஷயங்களைப் பத்தி வெளிப்படையாவே நீ பேசிட்டேன்னு சொல்ல வந்தேன்.'

பானு, காரைவிட்டு இறங்கினாள். 'வீட்டுக்கு வரீங்களா?'

அமிர்தம் தயங்கினான்.

'எங்கம்மாவைப் பத்தி நான் சொன்னதை வைச்சுண்டு நீங்க தயங்க வேண்டாம். பரவாயில்லே, வாங்கோ... என் 'பெயிண் டிங்ஸ்'ஸை பார்க்க வேண்டாமா?'

'அடடா! அதை மறந்தே போயிட்டேனே' என்று சொல்லியவாறு காரை விட்டு இறங்கினான் அமிர்தம்.

'அன்னிக்கு நீங்க என்னைக் கொண்டுவிட்டதை உங்க மனைவி விரும்பலே இல்லியா?'

'உண்மையைச் சொல்லப்போனா ஆமாம் என்கிறதுதான் பதில்.'

'நான் அப்படித்தான் நினைச்சேன்... பை தி வே உங்களுக்கு எவ்வளவு குழந்தைகள்?'

அமிர்தம் புன்னகையுடன் பதில் சொன்னான். 'ஏன், பை தி வே, நீ நேரடியாகவே கேட்கலாம். எனக்குக் குழந்தைகள் கிடை யாது... மறுபடியும் நான் அப்படித்தான் நினைச்சேன்' என்று சொல்லாதே. அது கொடுமை!'

வீட்டை அடைந்ததும், பெல்லை அழுத்தினாள் பானு. கதவைத் திறந்த பானுவின் தாய், அமிர்தத்தைப் பார்த்துவிட்டுச் சற்றுக் குழம்பினாள்.

'உள்ளே வாங்கோ' என்றாள் பானு.

உள்ளே வந்ததும் பானு, அமிர்தத்தை அவள் அம்மாவுக்கு அறிமுகப்படுத்தி வைத்தாள். 'ஹெல்த் மினிஸ்ட்ரியில் டெபுடி செகரட்டரி' என்று தன்னை அவள் அறிமுகப்படுத்தியபோது, அமிர்தம் கொஞ்சம் வியப்படைந்தான். தன்னைப் பற்றி பானு விசாரித்து அறிந்திருக்கிறாள் என்று உணர்ந்தான்.

பானுவின் தாயார் ஒரு காலத்தில் அழகாக இருந்திருக்க வேண்டுமென்று அவள் முகம் காட்டியது.

'இதோ வந்துவிட்டேன்' என்று கூறிவிட்டு பானு உள்ளே போனாள்.

'இப்படி உட்காருங்கோ' என்று ஒரு நாற்காலியைச் சுட்டிக் காட்டினாள் பானுவின் அம்மா.

அவள், எதிர்த்தாற்போல் போடப்பட்டிருந்த ஒரு 'மேடா'வில் உட்கார்ந்தாள். வீட்டில் இருக்கும்போதுகூட அவள் சற்று மிகைப்பட்ட மேக்-அப் புடன் இருந்தது அமிர்தத்துக்கு சிறிது ஆச்சரியத்தைத் தந்தது. மிகவும் சக்தி வாய்ந்த கண்கள். நாட்டியத்தின் நிறைந்த அனுபவம் முகபாவனையில் தெரிந்தது. ஆளை எடுத்த எடுப்பிலேயே வசீகரிக்கக்கூடிய புன்னகை. இளமையில் இவள் எப்படி இருந்திருப்பாள். ஒரு குறுகிய இடமாகிய திருவாரூரில் 'அடைந்து கிட' என்று இப்பேர்ப்பட்ட அழகியிடத்தில் சொன்னால், அவள் எப்படி இருப்பாள்? அதுவும் ஒரு பள்ளி ஆசிரியருடன். புதிய இடங்களை ஜெயிக்க அவள் பட்டினப் பிரவேசம் செய்திருக்கிறாள்!

பானுவுக்கும் அவள் தாயாருக்கும் இடையே சுமுகமான உறவு இல்லை என்பதில் ஆச்சரியமில்லை. பானு தன்னைத் தந்தையின் மகளாகப் பாவித்துக் கொண்டிருக்கலாம். கண்ணெதிரே காணும் தாயாரை வெறுக்கும் எந்த மகளும், காணாத தந்தையை லட்சியப்படுத்தி ஒரு ஃபாதர் இமேஜில் பாதுகாப்பை நாடுவது தான் இயற்கை.

பானு, காப்பியைக் கொண்டு வந்தாள்.

'ஓ... தாங்க் யூ... பெயிண்டிங்ஸ்?' என்று கேட்டான் அமிர்தம்.

'பாராட்டைப் பெற லஞ்சம் வேண்டாமா? அதுக்குத்தான் காப்பி!'

அமிர்தம், காப்பியைப் பருகினான்.

'எத்தனை மோசமான படமாக இருந்தாலும் இந்தக் காப்பியைக் குடிச்சிட்டுப் படம் நல்லா இல்லேன்னு சொன்னா அது பாவம்...' என்றான்.

'ஓ! இப்போ காப்பியைப் பத்தி நீங்க சொல்றது நிஜமா, பொய்யா?' என்று கேட்டுக்கொண்டே உள்ளே போனாள் பானு.

'நல்ல பொடி இல்லே... எப்படி நன்னாயிருக்க முடியும்?' என்றாள் பானுவின் அம்மா.

'இல்லே. காப்பி நிஜமாகவே முதல் தரம்!'

இவ்வாறு கூறிக்கொண்டே மேஜையின் மீதிருந்த ஒரு நினைவு மலரை எடுத்துப் புரட்டினான். அதில், பானுவின் அம்மா படம் வந்திருந்தது. பெயர் ஜானகி ராமச்சந்திரன். கரோல்பாக்கில் ஒரு நாட்டிய நாடகம் நடந்தபோது வெளியிடப்பட்ட மலர் அது.

'பானுவுக்கு உங்களை எப்படித் தெரியும்?' என்று கேட்டாள் ஜானகி.

'அன்னிக்கு நாடகத்துக்குப் போயிருந்தேன். நான் பானுவைக் காரில் கொண்டு வந்து விட்டேன்... பானு சொல்லலியா?'

'இல்லே... நீங்க இருக்கிற இடம்?'

'கித்வாய் நகர்.'

'பக்கந்தான். குடும்பத்தோட இருக்கேளா?'

'ஆமாம்... நானும் என் மனைவியும்தான்; குழந்தை குட்டி கிடையாது.'

'இப்பத்தான் கல்யாணமாச்சா?'

அமிர்தம் சிரித்தான். 'என்னைப் பாத்தா இப்பத்தான் கல்யாணம் ஆனவன் மாதிரியா தோணுது? கல்யாணமாகி ஒரு மாமாங்கம் ஆவுது.'

'அப்படியா?' - ஜானகி தன் குரலில் தோற்றுவித்த வியப்பு போலித்தனமானது என்று அமிர்தத்துக்குப் புரிந்தது.

அப்பொழுது பானு தான் தீட்டிய ஓவியங்களைக் கொண்டு வந்தாள்.

'ஓ... உன் படங்களா?' - ஜானகியின் குரலில் பாதிப் பெருமை, பாதி ஏளனம்!

படங்களில் சில சராசரித் தரத்துக்கு அதிகமாகவே இருந்தன.

'யு ஹாவ் தி ஃப்ளார்' என்றான் அமிர்தம்.

'ரியலி? தாங்க் யூ' என்றாள் பானு.

'காப்பி லஞ்சமில்லே. காப்பியும் சரி இந்தப் படங்களைப் பார்க்கக் கொடுத்து வைத்த அனுபவமும் சரி, இரண்டுமே லஞ்சம்...'

'எதுக்காக லஞ்சம்?' என்றாள் பானு.

'தெரியல்லே' அவன் தோள்களைக் குலுக்கிக் கொண்டே எழுந்திருந்தான்.

'என்ன, புறப்பட்டுட்டேளா?' என்று கேட்டாள் ஜானகி.

'ஆமாம். நேரமாகிறது.'

'அவங்களையும் அழைச்சுண்டு ஒருநாள் வாருங்களேன்' என்றாள் ஜானகி.

'வரேன்.'

பானு அவனுடன் கார் வரையில் வந்தாள்.

'அப்புறம் எப்போ பார்க்கலாம்?' என்றான் அமிர்தம்.

அவள் பதில் சொல்லவில்லை.

'நாளைக்கு ஞாயிற்றுக்கிழமைதானே, சாயந்திரம் பார்க் கலாமா?'

அவள் அதற்கும் பதில் சொல்லவில்லை.

'மன்னிச்சுக்கோ, உனக்கு இஷ்டமில்லேன்னா...' அவள் இடைமறித்தாள் : 'உங்க வீட்டு ஃபோன் நம்பர் என்ன? நான் ஃபோன் பண்ணறேன்...'

அவன் சொன்னான். அவள் அதை இரண்டு தடவை சொல்லிப் பார்த்துக் கொண்டாள்.

'டாடா... பை... பை...'

அவன் கார், லட்சுமிபாய் நகரின் கோடியை அடையும்வரை அவள் அங்கேயே நின்று கொண்டிருந்தாள்.

●

அமிர்தத்துக்குத் திடீரென்று பன்னிரண்டு வருஷங்களை உதறித் தள்ளிவிட்ட சந்தோஷம். ஆனால், தான் திரும்ப அடைந்து விட்டதாக நினைக்கும் அந்த மன நிலைக்கும் அந்த மன நிலைக்குத் தனது பௌதிகம் ஈடு கொடுக்குமா? இது ஒரு பரிசோதனை... மாறுதலில்லாமல் போய்க் கொண்டிருந்த வாழ்க்கைக்குத் தேவையான மாறுதல்.

பானு, நித்யா மாதிரி இருக்கிறாளா அல்லது இதுவும் தன்னுடைய உள்மனம் கற்பித்துக்கொண்ட ஒன்றா?

அவன் வீட்டுக்குச் சென்றபோது, திலகம் விளக்கைக்கூட ஏற்றவில்லை. வீடு இருட்டாக இருந்தது. அவன் கதவைத் திறந்தபோது அவள் கேசம் கலைந்திருந்த நிலையினின்றும் அவள் படுத்துக் கொண்டிருந்திருக்க வேண்டுமென்று அவனுக்குத் தோன்றியது.

அவன் உள்ளே சென்று விளக்கைப் போட்டான். மேஜையின் மீது சாயந்திரம் வந்த 'ஹிந்து'ப் பத்திரிகை கிடந்தது. அதைக் கையில் எடுத்துக்கொண்டு பால்கனிக்குச் சென்றான்.

திலகம் காப்பியைக் கொண்டு வந்து அவனருகில் வைத்தாள்.

'காப்பி வேண்டாம்'

அவள் காப்பியை எடுத்துக்கொண்டு உள்ளே போய்விட்டாள். அவளுடைய மௌனம் அவனுக்கு எரிச்சலைத் தந்தது. இது ஏன் என்று அவனுக்குப் புரியவில்லை.

மறுபடியும் உள்ளே விளக்கு அணைந்தது. அவள் படுத்துக் கொண்டு விட்டாள் போலிருக்கிறது.

திலகம் ஏன் இப்படி இருக்கிறாள்? கல்யாணமான பிறகு வாழ்க்கையில், 'கவர்ச்சி'க்கு இடமில்லை என்று நினைக்கும் முட்டாள்தனமான எண்ணம். முப்பது வயதாகிவிட்டால் தன்னை வயோதிகத்துக்குத் தயார் செய்து கொள்ளும் மனோ பாவம். தனக்கோ அல்லது தன் கணவனுக்கோ தனி வாழ்க்கை கிடையாது என்று பிடிவாதமாக நினைக்கும் அப்பாவித்தனம். என்ன குடிமூழ்கிப் போய்விட்டது. தலைவிரி கோலத்துடன் கைகேயி, தசரதனை வரங்கள் பெற எதிர்பார்த்தது போல் இருட்டில் கிடந்து மாய்கிறாள்? வீட்டின் இருட்டு அவன் மனத்தில் சூன்யத்தை விரித்தது.

கீழே, குழந்தைகளின் விளையாட்டுச் சத்தம் கொஞ்சம் கொஞ்சமாகத் தேய்ந்து கொண்டு வந்தது. வீட்டை நிறைத்த தனிமை, இருட்டு, உணர்ச்சிச் செறிவின் மௌன வியாபகம்... எல்லாமாகச் சேர்ந்து அவன் நினைவை இளமைப் பருவத்தில் கொண்டு நிறுத்தின.

•

கும்பகோணம் நாகேசுவரன் கோவில் சன்னதித் தெரு, எதிர்த்த வீட்டில் இரண்டு இளம் விதவைச் சகோதரிகள், மாளிகை போன்ற அந்த வீட்டில் ஏழு மணிக்கே விளக்கு அணைந்து விடும். அப்பொழுது அமிர்தத்துக்குப் பதினைந்து, பதினாறு வயது இருக்கும்.

அவன் ஒரு நாள் அவர்களைக் கேட்டான் : 'ஏன் இவ்வளவு சீக்கிரம் படுத்துக்கிறீங்க?' சின்னவள் சிரித்துக் கொண்டே சொன்னாள் : 'சாப்பிடணும், தூங்கணும், எழுந்திருக்கணும்... சாப்பிடணும், தூங்கணும், எழுந்திருக்கணும்... இதைத் தவிர வேறே என்ன எங்களுக்கு விதிச்சிருக்கு? இப்படியே போச்சுன்னா எங்க காலமும் ஆயிடும். இந்த வீட்டுக்கு விளக்கு எதுக்கு?'

காலம், காலண்டர்பூர்வமாகக் கழிவதை அனுபவிக்கத்தான், மரணத்தை எதிர்நோக்கி வாழத்தான், நாம் பிறந்திருக்கிறோமா? வாழ்க்கை என்பது இறப்புக்கு நம்மைத் தயார் செய்துகொள்ளும் நீண்ட ஒத்திகையா? பிறப்பு என்பது எதேச்சை. மரணம் என்ற தவிர்க்க முடியாத உண்மையை நினைக்கும்போதுதான் இந்த

எதேச்சைக்கும் ஒரு காரணம் கற்பித்து வாழலாம் என்று நமக்குத் தோன்றுகிறது. ஈடன் தோட்டத்து ஆப்பிளும், நியூட்டன் கீழே விழக்கண்ட ஆப்பிளும் ஒன்றுதான். இந்தப் பகுத்தறிவுப் பாரம்பரியத்தை சைத்தானாகக் காண்பது நாம் நமக்குச் செய்யும் துரோகம்.

●

அமிர்தத்தின் மனம் செய்தித்தாளில் ஈடுபடவில்லை. அவன் எழுந்து உள்ளே போனான்.

விளக்கைப் போடலாமா? - வேண்டாம். அவள் செய்கையைப் பொருட்படுத்தியது போலாகும்.

திலகம் திரும்பினாள். அவள் அழுதிருக்க வேண்டும். முகம் வீங்கியிருந்தது.

இருவர் பார்வைகளும் சந்தித்துத் தடுமாறின.

'உங்களுக்கு ஏன் இத்தனை நேரமாச்சு வர?' - இருட்டின் ஓரத்திலிருந்து புறப்பட்டு, வேதனைச் சுமையைத் தாங்க மாட்டாமல், தள்ளாடித் தள்ளாடி வந்தன வார்த்தைகள். ஆகர்ஷணக் கயிறுகளாக அவனைச் சுற்றிப் பிணைத்துக் கொண்டு, பன்னிரண்டு வருஷ பந்தத்தை அவனுக்கு நினைவுறுத்தின.

அவன் சிறிது நேரம் பேசாமல் நின்றான். பதில் சொல்ல வேண்டுமா? அவன் பொய் சொல்ல விரும்பவில்லை. பொய் சொல்லுவது அவனுடைய அப்பொழுதிருந்த மனநிலைக்குச் செய்யும் நியாயமல்ல.

'அன்னிக்குப் பார்த்தோமில்லே, அந்தப் பொண்ணு பானு, அவள் வீட்டுக்குப் போயிருந்தேன்...'

திலகம் இந்தப் பதிலுக்காகத்தான் காத்திருந்தாள் என்பதுபோல், திடுக்கிட்டு எழுந்து உட்கார்ந்தாள்.

6

'உங்களுக்கு இப்படியா புத்தி தடுமாறிப் போகணும்?' என்று சீறினாள் திலகம். அவனும் அவள் இப்படிச் சொல்லுவாள் என்பதை எதிர்பார்த்ததைப்போல் கட்டில் அருகே போய் நிதானமாக நின்றான்.

'அன்னிக்கு அவளைப் பார்க்கிறப்போவே தெரிஞ்சுது, குடிகேடின்னு...'

அவள் முகம் கோபத்தில் இன்னும் பெரி தாகத் தெரிந்தது. கண்களும் உதடுகளும் படபடத்தன. எல்லையற்ற சினத்தில், அவளுடைய சற்றுப் பெரிதான உடம்பு லேசாக ஆடியது.

'எதுக்காக இப்போ வந்தீங்க? அங்கேயே இருக்கிறதுதானே?'

'வந்தது தப்புன்னு இப்பத்தான் தெரி யறது...'

'வந்தது தப்பா? என்ன சொன்னீங்க? வந்தது தப்பா?' - அவள் கட்டிலிலிருந்து இறங்கி அவன் உடம்பை உலுக்கினாள்.

அவளுக்கு இவ்வளவு கோபம் ஏற்பட்டு அவன் பார்த்ததில்லை; தற்காப்புக்காகச் சீறும் மிருகத்தைப்போல் இருந்தது அவள்

வெறி. கல்யாணமாகிப் பன்னிரண்டு வருஷங்களாகியும் குழந்தை இல்லாத ஏமாற்றம், இதனால் கணவனுக்குத் தன் மீது சலிப்பு ஏற்பட்டு விடுமோ என்று உள்மனத்தில் ஏற்பட்ட அச்சத்தின் காரணமாகப் பரபரப்பு, அவள் என்ன பயந்தாளோ அது நடந்தேறி, அதையும் கணவன் நிர்த்தாட்சண்யமாக ஒப்புக்கொண்டதால் ஏற்பட்ட ஆவேசம், ஆகிய எல்லா உணர்ச்சிகளும் குரலில் தொனித்தன. அவள் அவனை வேகமாக உலுக்கிய பிறகு, முகத்தை இரு கைகளாலும் மூடிக் கொண்டாள். அதே நிலையில், வேகமாகச் சென்று இன்னோர் அறைக்குள் புகுந்து கதவைத் தாளிட்டுக் கொண்டாள்.

ஒரு பெரிய புயல் அடித்து ஓய்ந்தது. இதுவரை சலனமற்றிருந்த வாழ்க்கையில் ஏற்பட்ட இந்த இயக்கம், இருவருக்கும் நல்லது தான். கணவன் - மனைவி என்ற நிர்ப்பந்தத்தினால் வரை யறுத்துக் கொண்ட போலி மதிப்புகளின் அடிப்படையில்லாமல், ஒருவரையொருவர் சரிவர நேராகப் புரிந்து கொள்வதற்கான வாய்ப்பு.

அவள் தன்னைத் தீவிரமாக ஆராய்ந்து கொண்டால் அவளுக்குப் புரியலாம். தனக்கு அவன் மீது எவ்வளவு சலிப்பு இருக்கிற தென்று அவள் அவ்வாறு ஆராய மாட்டாள். ஆராய்ந்தாலும் புரியாது. புரிந்தாலும், ஒப்புக்கொள்ள மாட்டாள். ஒப்புக் கொண்டு விட்டால் பாரதப் பண்பாடு என்னாவது?

அவன் அவளிடம் உண்மையைச் சொல்லாமல் இருந்திருக் கலாம். அவளைத் தவிர வேறு யாரையுமே நினைத்ததில்லை என்ற பொய்க்குப் பண்பாட்டு அந்தஸ்து அளித்து அவளை ஏமாற்றலாம். அவன் சொல்வது பொய் என்று தெரிந்தாலும், மனச்சமாதானம் அடைந்து, அவன் தோளில் ஆறுதலை நாடி அவள் வரலாம். ஆனால், எதற்காகப் பொய் சொல்ல வேண்டும்?

அவன், ஷூக்களைக் கழற்றிவிட்டு உடையை மாற்றாமல் அப்படியே கட்டிலில் படுத்துக் கொண்டான்.

பானுவிடம் தனக்கு இவ்வளவு ஈடுபாடு ஏற்படக் காரணம் என்ன? - நித்யாவை நினைவுறுத்துகிறாள் என்பதினாலா? அல்லது அவ்வாறு நினைவுறுத்துவதினால் நித்யா என்ற இனிய கனவு, கடந்து போன இளமைப் பருவத்தின் நினைவுச் சின்னமாய், சிந்தனையில் மொக்கவிழ்ந்து மணம் வீசுகின்றது என்பதினாலா...?

தன்னால் மீண்டும் அந்தப் பருவத்தில் வாழ்ந்ததுபோல வாழ முடியுமா? அதே கற்பனை, அதே செயல் துடிப்பு, அதே வேகம், தன்னுடைய எண்ணங்களும் உணர்ச்சிகளும் தனக்கே பிரத்தியேகமானவை என்று நினைக்கும் மனோபாவம்... எல்லாவற்றையும் பெற முடியுமா? அந்தந்த நிமிஷத்தில், அந்தந்த நிமிஷத்துக்காக வாழ்கிற அசாத்தியத் துணிச்சல் தன்னிடம் இருக்கிறதா?

...ஒரு சமயம், நித்யாவுடன் அவன் ஹுமாயூன் சமாதிக்குச் சென்றிருந்தான். மார்ச் மாதம். இதம் தரும் வெய்யிலில், இனிய காற்று உடம்பில் பட, இருவரும் சமாதியைச் சுற்றிப் பார்த்துக் கொண்டு வந்தார்கள். ஒரு கையினால், காற்றில் பறந்த புடவைத் தலைப்பைப் பரிவுடன் அணைத்துக் கொண்டு, இன்னொரு கையினால் நெற்றியில் விழுந்து கண்ணுடன் உறவாடிய குழல் கற்றையைப் பின்புறம் தள்ளியவாறு, நித்யா வந்தாள்.

'இந்த முஸ்லிம் ராஜாக்களுக்குத்தான் சரித்திரத்தில் வாழணும்னு எவ்வளவு பிடிவாதம்?' என்றாள் நித்யா.

'அந்தப் பிடிவாதம்தான் இங்கே கலையா மாறியிருக்குது' என்றான் அமிர்தம்.

'ஹுமாயூன் ஒரு கலர்லெஸ் கிங். அவனுக்கு எவ்வளவு அழகான சமாதி' என்றாள் நித்யா.

'நீங்க என்ன சொல்றீங்க? ஹுமாயூன் 'கலர்லெஸ் கிங்'கா? சாகக்கிடந்து மறுபடியும் பொழைச்சுக்கிட்டு, ராஜாவாய், தோத்துப் போய், மறுபடியும் ஜெயிச்சு... அவன் வாழ்க்கை பரபரப்பான ஒரு நாடகம் போன்றதாச்சே! சர்வைவல் இன்ஸ்டிங்ட் அவன்கிட்டே இருந்த மாதிரி, வேறே யார்கிட்டேயும் இருந்ததில்லே...'

'ஹுமாயூன் கிட்டே என்ன, அது எல்லார் கிட்டேயுந்தான், எல்லாத்திலேயும்தான் இருக்கு. இது பயலாஜிகல் ஃபாக்ட்...'

'பயலாஜிகல்னா உடனே ஞாபகம் வரது, உன்னைக் காதலிக்கிறேன் நித்யா...'

'ஷட் அப்' என்று செல்லமாகக் கடிந்து கொண்டாள் நித்யா.

பெரிய சமாதிக்குக் கீழே சுற்றிலும் சிறிய சிறிய அறைகளில் சில்லறைச் சமாதிகள் இருந்தன. ஒவ்வோர் அறையாகப் புகுந்து புகுந்து அவர்கள் வெளியே வந்தார்கள்.

‘இந்தச் சமாதிகளெல்லாம் யாருக்காக இருக்கும்?’ என்று கேட்டாள் நித்யா.

‘இதென்ன கேள்வி? மொகலாய மன்னன் அந்தப்புரத்திலிருந்த அவனோட அறுநூத்திச் சொச்சம் ராணிகளுக்காக இருக்கும்.’

‘உங்க குரல்லே லேசாப் பொறாமை தெரியறது...’ என்று சொல்லிவிட்டு அவன் காதைப் பிடித்தாள் நித்யா.

அவன் சிரித்தான்.

ஓர் அறைக்குள் முதலில் நுழைந்த நித்யா, திடுக்கிட்டவளாகிப் பின்னால் வந்த அவனைத் தள்ளிக் கொண்டே வெளியே வந்தாள்.

‘ஏன், என்ன விஷயம்? இவ்வளவு அவசரம் ஏன்?’ என்று கேட்டான் அமிர்தம்.

‘இந்தச் சின்ன அறைகளோட உபயோகம் என்னன்னு இப்பத்தான் புரியறது...’ என்றாள் நித்யா.

‘என்ன உபயோகம்?’

‘உள்ளே ஒரு பையனும் பெண்ணும் இருக்காங்க. போய்க் கேளுங்க.’

அமிர்தம் புன்னகை செய்தான்.

அவர்கள் இன்னோர் அறைக்குள் நுழைந்தபோது அமிர்தம் சொன்னான்: ‘நாம தனியாயிருக்கோம்னு நினைக்கிறேன்!’

நித்யா அவனைப் பொய்க் கோபத்துடன் திரும்பிப் பார்த்தாள்.

சிவப்புப் பூப்போட்ட வெண்ணிறப் பட்டுப்புடவையில் கைகளை இறுகப் பற்றிய சிவப்புச் சோளி அணிந்து, அவனை வரவேற்கும் பொய்க் கோபத்துடன், அவள் அவனை நோக்கியது, அவன் கனவுகளை வண்ணத்துப் பூச்சிகளாய் விரித்தது. அவன் சுற்றுப்புறத்தை மறந்தான். இந்த நிமிஷத்தைக்

காட்டிலும் சத்தியம் வேறொன்றுமில்லை. அவன் அவள் கைகளைப் பற்றினான்.

'சாஹப்...'

'சாஹப்...'

எங்கிருந்தோ பல ஆயிரக்கணக்கான மைல்களுக்குப் அப்பா லிருந்து இக்குரல் கேட்டது - இல்லை, சரித்திரந்தான் பேசு கிறதோ. முஸ்லிம் பணியாள் ஒருவன் நின்று கொண்டிருந்தான். தான் ஹுமாயூனாக மாறிவிட்டோமா! - அப்படியானால்...

நித்யா திடீரென்று விலகி நின்றாள்.

'அட கடவுளே! என்ன முட்டாள்தனம்! இது புனித ஸ்தல மாக்கும்!'

அமிர்தத்துக்கு தான் ஹுமாயூனாக மாறவில்லை என்று புரிந்தது. அரசாங்க விதிகளின்படி அவன் குற்றம் புரிந்துவிட்டான். புனித இடங்களை அவமதித்த குற்றம். முஸ்லிம் பணியாள், காவல்காரன்... அவன்... ரிப்போர்ட் செய்தானானால் அவமானம், அபராதம்...

'அவனுக்கு ஏதாவது கொடுங்கோ' என்றாள் நித்யா.

'வாங்கிப்பானா?'

'ஏன் வாங்கிக்க மாட்டான்? பக்கத்து அறையிலே நான் பார்க்கலியா? அது இவனுக்குத் தெரியாமலா நடந்திருக்கும்?'

'உன்னுடைய வாதம் நூற்றுக்கு நூறு உண்மை' என்றான் அமிர்தம்.

அவன் ஓர் ஐந்து ரூபாயை எடுத்து அந்தக் காவல்காரனிடம் கொடுத்தான்.

'ஆப்கா பீபி ஹை?' என்று கேட்டான் காவல்காரன், நித்யாவைப் பார்த்துக்கொண்டே.

'ஹா(ங்) ஜீ...'

காவல்காரனின் மனச்சாட்சி அதிகமாகத் தொந்தரவு செய்ய வில்லை. ஐந்து ரூபாயை அவன் வாங்கிக் கொண்டான்.

'அட தெய்வமே! சமாதிக்கிட்டேயா உங்களுக்குக் காதல் சிந்தனை உதிக்கணும்?' என்றாள் நித்யா, அவ்வறையை விட்டு வெளியே வந்தவுடன்.

'சமாதியைப் பார்த்தவுடனே எல்லாருக்கும் ஏற்படற முடிவு இதுதாங்கிற நினைவு வரது. அப்போ உடம்பு அவசரப்படறது... இதிலே என்ன தப்பு?' என்றான் அமிர்தம்.

அது துணிச்சலாக இருக்கலாம் - அன்று. இச்சமயம் அதை நினைக்கும்போது, தான் அப்பொழுது செய்தது ஓர் அசட்டுத் தனமாகப் பட்டது. இப்பொழுது அதுபோல் ஒரு காவல்காரனிடம் அகப்பட்டுக் கொண்டால், கூசி மறுகாமல் தன்னால் பேச முடியுமா? உடம்புக்கு வயதாவதால் சிந்தனைக்கு வயதாகின்றதா? அல்லது சிந்தனைக்கு வயதாவதின் காரணமாக உடம்புக்கு வயதாகின்றதா?

காலிங் பெல் அழுத்தப்படும் சத்தம் அப்பொழுது கேட்டது. அமிர்தம் எழுந்து போய்க் கதவைத் திறந்தான்.

'திலகம் இருக்காளா?'

பக்கத்து பிளாக்கிலிருந்து மிஸஸ் ஐயர் கேட்டாள்.

'இல்லை' என்று சொல்லலாமாவென்று ஒரு கணம் நினைத்தான் அமிர்தம். வேண்டாம், மிஸஸ் ஐயர் வருகை யினால் வீட்டை வியாபித்திருந்த வேதனைச் சூழ்நிலை மாறக்கூடும்.

'உட்காருங்க, கூப்பிடறேன்...' அவன் கூடத்து விளக்கைப் போட்டான்.

திலகம் தாளிட்டுக் கொண்டிருந்த கதவைப் போய் அவன் தட்டினான்.

பதிலில்லை.

'திலகம்! மிஸஸ் ஐயர் வந்திருக்காங்க...' இதைச் சொல்லிவிட்டு அவன் கூடத்தில் போய் உட்கார்ந்து கொண்டான்.

'என்ன அதுக்குள்ளேயும் படுத்துண்டுட்டீங்களா?' என்று கேட்டாள் மிஸஸ் ஐயர்.

அமிர்தம் இந்தக் கேள்விக்குப் பதில் சொல்லவில்லை. 'என்ன மிஸ்டர் ஐயரை இப்போ கண்ணிலேயே காணறதில்லை?' என்று கேட்டான்.

'ஆபீஸ் வேலை அதிகம். வீட்டுக்கு வரபோதே மணி எட்டாயிடறது...'

மிஸஸ் ஐயர் இதைச் சொல்லும்போதே அவள் குரலில் பெருமை தொனித்து. ஐயர் இல்லாவிட்டால் மத்திய அரசாங்கமே ஸ்தம் பித்துவிடும் என்று தான் நினைப்பதுபோல் பதில் சொன்னாள்.

'ஃபியட் காரை கொடுத்துட்டு அம்பாஸிடர் வாங்கிட்டீங்க போல் இருக்கே?' - திலகம் சீக்கிரம் வந்து தொலையக் கூடாது? என்னென்ன அற்பமான விஷயங்களைப் பற்றியெல்லாம் அவளிடம் பேசவேண்டியிருக்கிறது?

'ஆமாம்... அம்பாஸிடர் குடும்பக்காராச்சே? நாலு பசங்களாச்சு. ஃபியட் போறல்லே...'

'வாங்க மாமி...'

நல்ல வேளை திலகம் வந்துவிட்டாள்.

'அதுக்குள்ளேயா, தூங்கிட்டேள்?'

'உடம்பு சரியில்லை. என்ன விஷயம் இந்நேரத்திலே?'

'வரப்படாதா?' என்று சிரித்தாள் மிஸஸ் ஐயர்.

'சே... சே... அதுக்கில்லே, சாதாரணமா வரமாட்டீங்களேன்னு கேட்டேன்...'

'ஒண்ணுமில்லே. நாளைக் காத்தாலே 'ரீகல்'லே ஒரு தமிழ்ப் படம். அவர் வரேன்னார் முதல்லே. இப்பொ வரலேங்கிறார் ஒரு டிக்கட் இருக்கு, நீங்க வரேளான்னு கேட்க வந்தேன்.'

திலகம், அமிர்தத்தைப் பார்த்தாள். அவன் பேசாமலிருந்தான்.

'அனுமதி கொடுங்க, என்ன பேசாம இருக்கேளே?' என்று சிரித்துக் கொண்டே சொன்னாள் மிஸஸ் ஐயர்.

'நான் பர்மிஷன் கொடுக்கணுமா, அவ இஷ்டம்...' என்றான் அமிர்தம்.

'நான் வர்ரேன்...' என்றாள் திலகம்.

'சரி, அப்பொ எட்டு மணிக்கு எங்க வீட்டுக்கு வந்துங்க' என்று கூறிக் கொண்டே எழுந்தாள் மிஸஸ் ஐயர்.

'நான் கொண்டு விடட்டுமா?' என்று கேட்டான் அமிர்தம்.

'வேண்டாம், எனக்கு ட்ரைவிங் லைசென்ஸ் கிடைச்சுடுத்து. இப்போதெல்லாம் நானே 'ட்ரைவ்' பண்றேன். ஏன் திலகத்துக்கும் 'ட்ரைவிங்' கத்துக் கொடுங்களேன்'

'அவருக்கு இதுக்கெல்லாம் நேரம் கிடைக்காது...' என்றாள் திலகம்.

'அவர்தான் எனக்குக் கத்துக் கொடுத்தார்...' என்றாள் மிஸஸ் ஐயர், பெருமையுடன்.

மிஸஸ் ஐயர் ஒரு புதுப் பிரச்னையை எழுப்பிவிட்டுப் போகிறாள் என்பதை அமிர்தம் உணராமலில்லை. திலகம் அவனை அடிக்கடி வற்புறுத்தி வந்தாள். தனக்குக் காரோட்டக் கற்றுக் கொடுக்க வேண்டுமென்று.

'உனக்கு வராது...'

'ஏன் இப்படிச் சொல்றீங்க?'

'உனக்கு முன் ஜாக்கிரதை போதாது. நீ உயிரோடு இருக்கணுங் கிறதுதான் என் ஆசை'

திலகத்தின் எளிமையான சுபாவம் இப் பதிலை ஏற்றுக் கொண்டு விட்டது.

ஆனால், மிஸஸ் ஐயர்கூட கார் விடக் கற்றுக்கொண்டு விட்டாள் என்றால், திலகம் தன்னை மன்னிக்கப் போவதில்லை.

நித்யா பிரமாதமாகக் கார் ஓட்டுவாள். அவளுடைய மாமா, கார் ஓட்டக் கற்றுக் கொடுத்தார் என்று அவள் சொன்னாள். அவளுக்கு மெதுவாகவே போகத் தெரியாது. ஆனால், எவ்வளவு வேகமா போனாலும் நல்ல கன்ட்ரோல்.

ஒருசமயம் அவனுடைய நண்பன் நாகராஜனிடமிருந்து காரை வாங்கிக் கொண்டு நித்யாவுடன் அலிகாருக்குச் சென்றான்

அமிர்தம். நித்யாவின் அம்மாவுக்கு அலிகார் பல்கலைக் கழகத்தில் வேலை இருந்தது. நித்யாதான் காரை ஓட்டிக் கொண்டு வந்தாள்.

'ஏய் மெதுவாகப்போ, மெதுவாகப்போ...' என்று சொல்லிக் கொண்டே வந்தாள் அவள் தாயார்.

'இந்த வேதாந்தந்தான் நம் நாட்டை உருப்படாம அடிச்சிருக்கு' என்று சொல்லிக் கொண்டே 'ஆக்ஸிலேட்டரை' இன்னும் வேகமாக அழுத்தினாள் நித்யா.

அலிகார் பல்கலைக் கழகத்தில் அவள் அம்மாவை இறக்கிவிட்டு நித்யா, அமிர்தத்திடம் சொன்னாள் : 'அலிகாரைச் சுற்றிப் பார்க்கலாம் வாங்கோ'

'சாயந்திரம் ஏழு மணிக்கெல்லாம் என் வேலை முடிஞ்சிடும். அதுக்குள்ளே வந்துடுங்கோ' என்றாள் அவள் அம்மா.

'இங்கே பக்கத்திலே ஒரு கிராமத்திலே போன மாசம் ஓய்வுபெற்ற எங்க ஆபீஸ் பியூன் இருக்கான். போய்ப் பார்க்கலாமா?' என்று அலிகாரின் தெருவின் வழியாகப் போகும்போது நித்யா கேட்டாள்.

'ஓ... பேஷா!'

அந்தக் கிராமத்துக்கு, வயல் வரப்பைத் தாண்டிச் செல்ல வேண்டும் என்றும், கார் அங்கு போக முடியாது என்றும் அங்கிருந்தவர்கள் சொன்னார்கள்.

'அப்படியாவது போகணுமா?' என்று கேட்டான் அமிர்தம்.

'நீங்க வரவேண்டாம். நீங்க அலிகார் பூட்டு வாங்கிண்டு இருங்கோ. நான் போய் பார்த்துட்டு வரேன்...' என்றாள் நித்யா.

'பூட்டு வாங்கிண்டு இருங்கோ' என்பதில் காணப்பட்ட ஏளனத்தை அவன் கவனிக்காமலில்லை.

'எப்படிப் போகப்போறே?' என்றான் அமிர்தம்.

இரண்டு நூற்றாண்டுகளுக்கு முன்னால் போய் விட்டோமோ என்று நினைக்கும்படியாக, சதுரமான வடிவில் மூங்கில் தட்டித் தடுப்புகளுடன் கூடிய குதிரை வண்டி அந்தப் பக்கம் போயிற்று.

'இதில் போனால் என்ன?' என்று கேட்டாள் நித்யா. அவள் சுட்டிக்காட்டியதினால் குதிரை வண்டியும் நின்றது.

'இதிலேயா?' - அமிர்தத்தின் குரலில் கண்ட திகைப்பு அவளை சிரிக்கச் செய்தது.

'ஒண்ணுத்துக்கும் பிரயோஜனமில்லாத ஆசாமி நீங்க' என்றாள் நித்யா.

'சரி நானும் வரேன்...'

கிராமத்துக்குப் போய்வர ஐந்து ரூபாய் கேட்டான் வண்டிக்காரன். நித்யா வண்டியில் ஏறி உட்கார்ந்தாள். நித்யா ஏறி உட்கார்ந்த லாகவம், அமிர்தத்துக்குச் சற்று ஆச்சரியத்தை தந்தது. அவனால் அவ்வளவு சுலபமாக உட்கார முடியவில்லை.

'உன்னுடைய சாமர்த்தியத்தைப் பார்க்கிறப்போ எனக்கு சில சமயம் பயமா இருக்கு' என்றான் அமிர்தம்.

நித்யா சிரித்தாள்.

நடந்துகூடப் போகமுடியாத அளவுக்கு அவ்வளவு பள்ளங்களும் வெடிப்புகளும் நிறைந்த பாதை. எங்கெங்கு பள்ளங்கள் இருக் கின்றன என்று மனப்பாடம் செய்திருப்பதுபோல், அலட்சிய மாகச் சென்றது குதிரை.

'நான் ஒன்றுக்கும் பிரயோசனமில்லாதவன் இல்லேன்னு உனக்கு நிரூபிக்கிறதுக்கு இன்னும் எவ்வளவு தியாகம் செய்யணுமோ தெரியலே...' என்றான்.

'எனக்கு இந்தக் குதிரை வண்டிப் பயணம் ரொம்பப் பிடிச்சிருக்கு' என்றாள் நித்யா.

அவள் உண்மையாகவே அனுபவிக்கிறாள் என்று அவள் முகத்திலிருந்து தெரிந்தது. தலையைச் சற்று உயரத் தூக்கி அவள் ஆகாயத்தைப் பார்த்துக் கொண்டிருந்தாள். பாதிக் கண்கள் மூடியிருந்தன. முகத்தில் புன்னகை. தான் ஓர் ஓவியனாக இல்லையே என்று வருத்தப்பட்டான் அமிர்தம்.

மாலை ஐந்து மணியானாலும் வெள்ளியை நிறமாக உருக்கி எங்கும் பூசியது போலிருந்தது. வானத்தில் பறந்து கொண்டிருந்த

ஓரிரண்டு பறவைகள் வெள்ளைப் புள்ளிகளாகத் தெரிந்தன. அமிர்தத்தின் மனம் சந்தோஷத்தால் நிறைந்தது.

'தியாகம்னு சொன்னதை வாபஸ் வாங்கிக்கிறேன்.. இப்பத்தான் புரியுது. எவ்வளவு ரம்மியமான இடம் இதுன்னு...'

'உங்களுக்கு எதிலுமே ஆமை வேகம்' என்றாள் நித்யா.

கிராமம் வந்துவிட்டது. இருபதாம் நூற்றாண்டு நாகரிகத்தால் எந்தவிதத்திலும் பாதிக்கப்படாத கிராமம். சுற்றிலும் எழுப்பிய மண் கோட்டைக்குள்ளே சுமார் நாற்பது வீடுகள் இருக்கலாம்.

நித்யா தேடி வந்த அவளுடைய ஆபீஸிலிருந்து ஓய்வு பெற்ற பியூனின் பெயர் அப்துல். அவன் பெயரைச் சொன்னதும் ஐந்தாறு வாண்டுகள் நான்கு திக்குகளிலும் அவனை அழைத்து வருவதற்காக ஓடிச் சென்றன. அந்தக் கிராமத்தில் அவன் பிரபலமானவன் என்று தெரிந்தது.

தலையில் பெரிய முண்டாசு கட்டிய ஒரு வயதான செளத்ரி, அவர்கள் இருவரையும் கயிற்றுக் கட்டிலில் உட்காரும்படி சொன்னார். அவரைச் சுற்றி உட்கார்ந்திருந்த ஐந்தாறு கிழவர்கள், ஹுக்காவைப் பகிர்ந்து கொண்டிருந்தார்கள்.

7

அந்தக் கிராமத்தில் நவநாகரிக உடையில் அமிர்தமும் நித்யாவும் வரவே, அவர்களுக்கு சௌத்ரி பிரசாத் உபசாரம் செய்தார். பிறகு 'ஆப்லோக் ப்ராமண் ஹை...?' என்று கேட்டார் சௌத்ரி.

'க்யூ(ங்)?' என்று பதிலுக்கு வினவினான் அமிர்தம்.

'ஹா(ங்) ஜி...' என்றாள் நித்யா.

'அச்சாஜி!' என்று சொல்லிவிட்டு, பண்டிட்ஜி வீட்டிலிருந்து குடிக்கத் தண்ணீர் கொண்டு வரும்படி ஒரு சிறுவனை சௌத்ரி ஏவினார்.

அப்துல், முகமெல்லாம் பல்லாக வந்தான். அவன், நித்யா தன்னை வந்து பார்ப்பாள் என்று கனவிலும் நினைத்திருக்க மாட்டான். அவனுக்கு அமிர்தத்தை அறிமுகப்படுத்தி வைத்தாள் நித்யா. அவர்கள் இருவரையும் அங்கிருந்தவர்களுக்கு அறிமுகப்படுத்தினான் அப்துல்.

அப்துலுக்கு கொஞ்சம் ஆங்கிலம் தெரியும் என்று அறிந்த அமிர்தம், 'உங்கள் வீட்டிலிருந்து நாங்கள் தண்ணீர் குடிக்கக் கூடாதா? பண்டிட்ஜி வீட்டிலிருந்துதான் குடிக்க வேண்டுமா?' என்று கேட்டான்.

அப்துல், அரைகுறை ஆங்கிலத்தில் பதில் சொன்னான் : 'பழைய மரபுகளைக் காப்பாற்றி வரும் இக்கிராமத்தில் புதுப்பிரச்னை களைக் கிளப்பி தயவு செய்து குழப்பம் விளைவிக்க வேண்டாம். ஹிந்து - முஸ்லிம் தகராறு ஏதும் இல்லாமல் இப்படியே நூறு வருஷங்களாக இருந்து வருகிறது இந்தக் கிராமம்.'

'எவ்வளவு முஸ்லிம் வீடுகள் இங்கே இருக்கின்றன?' என்று கேட்டான் அமிர்தம்.

'பத்து... அது கிடக்கட்டும்... வாருங்கள் கிராமத்தைச் சுற்றிப் பார்ப்போம்.'

முஸ்லிம் வீடுகள் சற்று ஒதுக்குப்புறமாக இருந்தன. இதைப் பற்றி அமிர்தம் கேட்டபோது அப்துல் கூறினான்: 'இங்குள்ள ஹிந்துக்கள் எல்லோரும் மாமிசம் சாப்பிடாதவர்கள்...' மாமிசம் சாப்பிடுகின்றவர்களும், மாமிசம் சாப்பிடாதவர் களும் ஒரே இடத்தில் எப்படி இருக்க முடியும்? இது விவேகம் கற்றுக் கொடுத்த பாடமா? அல்லது அப்துல் இதைத் தீவிரமாக நம்புகின்றானா என்று அமிர்தத்துக்குப் புரியவில்லை.

'உங்க அல்ப அரசியல் பிரச்னைகளை இங்கே கொண்டு வராதீங்கோ' என்று அமிர்தம் ஏதோ கேட்க ஆரம்பித்தபோது, இடைமறித்தாள் நித்யா. அவள் மேற்கொண்ட பாவனை அவனுக்குப் பிடிக்கவில்லை. அப்படியானால் சமூகத்தின் ஏற்றத் தாழ்வுகளைப் பற்றி அவளுக்கு எந்தவிதமான அபிப்ராயமும் இல்லை என்பது அவனுக்கு ஏமாற்றமாக இருந்தது.

'நீயே ஹரிஜனா பிறந்திருந்தால் என்ன செய்திருப்பே?' என்றான் அமிர்தம், சற்று உஷ்ணமாக.

'அந்தப் பிரச்னை தோன்றும்போது அதைச் சமாளிக்க எனக்குத் தெரியும்' என்றாள் நித்யா, ஆங்கிலத்தில். அதற்குப் பிறகு, அமிர்தம் அவளிடம் அலிகார் திரும்பும் வரையில் பேசவே யில்லை...

●

'சாப்பிட வரல்லியா?'

திலகத்தின் குரல் மிகவும் சுபாவமாக ஒலித்தது. இவளா சற்று முன்னால் அப்படியொரு கூப்பாடு போட்டாள்? மிஸஸ் ஐயரின் வருகை ஓரளவு அவன் விரும்பிய பயனைத் தந்திருக்கிறது.

'வேண்டாம்' என்று சொல்லலாமா என்று ஒரு கணம் யோசித்த அமிர்தம், ஒருவேளை இது புதிய முஸ்தீப்புக்குக் காரணமாக லாம் என்று பதில் கூறாமல் சாப்பிட எழுந்தான்.

அவன் சாப்பிடுவதற்காக நாற்காலியில் உட்கார்ந்தபோதுதான் அதைக் கவனித்தான். திலகம் பவுடர் போட்ட முகத்துடன் புதுப்புடவை கட்டியிருந்தாள்!

அடுத்தநாள் காலையில் எழுந்ததும் அவன் நினைவுக்கு வந்தது. அன்று திலகம், சினிமாவுக்குப் போகப் போகிறாள். அவன் சுவரிலிருந்த கடிகாரத்தில் மணியைப் பார்த்தான். ஏழு. திலகம் சமைத்துக் கொண்டிருக்கிறாள் என்பதை வாசனையிலிருந்து அறிந்தான்.

திலகம், சினிமாவுக்குப் போவது ஒரு விதத்தில் நல்லதுதான். அவள் வீட்டிலிருக்கும்போது அந்தப் பெண் பானு ஃபோன் செய்தால் பல சிக்கல்கள் ஏற்படலாம். அவள் அநேகமாக காலையில்தான் டெலிபோன் செய்யக்கூடும்.

'இன்னும் எழுந்திருக்கலையா!'

திலகம் குளித்துவிட்டு பிரமாதமாக அலங்காரம் செய்து கொண்டிருந்தாள். தமிழ் சினிமா பார்க்க அவ்வளவு உற்சாகம், பரபரப்பு.

அமிர்தம் எழுந்திருந்தான். நேற்று நடந்த அனைத்தையும் மன்னித்துவிடத் தயாராக இருந்தது போலிருந்தது அவள் பாவனை.

'நீங்களும் வர்றீங்களா?'

'எங்கே?'

'சினிமாவுக்கு...'

'சினிமாவுக்கா...? டிக்கட் கிடைக்காது...'

'வாங்களேன் பார்ப்போம்...'

'நிச்சயமா கிடைக்காது...'

'இது என்ன புதுத் தொல்லை?' என்று தோன்றியது அவனுக்கு.

'அப்ப நானும் போகலே...'

'இதென்ன அவங்ககிட்ட வரேன்னு சொல்லிட்டு...'

'உடம்பு சரியில்லேன்னு ஃபோன் செய்திட்டாப் போச்சு...'

'அப்ப எதுக்காக இவ்வளவு சீக்கிரம் எழுந்து, குளிச்சு, அலங்காரம் செய்திட்டு நிக்கறே?' - அமிர்தம் 'டூத் பிரஷ்'ஷில் பேஸ்டை தடவிக் கொண்டே இந்தக் கேள்வியைக் கேட்டான்.

'போகணுங்கிறீங்களா?'

'அவசியம்...'

'நான் வீட்டில் இருந்தால் தொல்லையா இருக்குதா?'

துண்டை மேலே போட்டுக்கொண்டு பல் விளக்கப் போனவன், அவளைத் திரும்பிப் பார்த்தான். 'அவளுக்குத் தெரிந்து விட்டதா?'

'வாட் நான்சென்ஸ்...? என்ன சொல்லறே நீ?

'போ போன்னு என்னை ஏன் இப்படி விரட்டறீங்க?'

'இதோ பாரு... நீ போனால் போ, போகாட்டி இரு. நான் எதைச் சொன்னாலும் வேறு எதையோ நான் மனசிலே வெச்சிக்கிட்டுப் பேசறதா நினைக்கிறே.'

நியாயமான கோபம் வந்தவன்போல் அவன் பேசினாலும், ஒருவேளை அவள் போகாமல் இருந்துவிட்டால் என்ன செய்வது என்ற பயம் அவனுக்கு ஏற்பட்டது.

'நேத்தே அவங்ககிட்டே 'நான் வரலே'ன்னு சொல்லியிருக் கலாம்... இப்ப கடைசி நிமிஷத்திலே வரலேன்னு சொல்றது நல்லாயில்லே... நான் அவ்வளவுதான் சொல்ல முடியும்.'

'சாப்பாடெல்லாம் செய்து வச்சிட்டேன்...'

'அப்போ போ...'

அப்பொழுது டெலிபோன் ஒலித்தது. திலகம், டெலிபோனை எடுக்கப் போனாள்.

அப்பொழுது அவனுக்குத் தோன்றியது : 'ஒருவேளை பானுவாக இருந்தால்...?'

'ஹல்லோ...' - திலகம், அவனைப் பார்த்தாள்.

'அட கடவுளே! பானுதானா? தொலைந்தது, மறுபடியும் நேற்றிரவு சம்பவங்கள்தான்...'

'தயாராயிட்டேன் மாமி... இதோ வந்துட்டேன்...'

'நல்லவேளை, மிஸஸ் ஐயர்தான் போலிருக்கிறது.'

'இதோ பாருங்க... டிபன், காப்பியெல்லாம் மேஜையின் மேல் கொண்டு வச்சுடறேன். அப்புறம் பசிச்சா சாப்பாட்டை எடுத்துப் போட்டுகிட்டுச் சாப்பிடுங்க. வேணும்னா அதையும்...'

'ஒண்ணும் வேணாம்... நீ புறப்பட்டுப் போ. அவங்க காத்துக்கிட்டு இருப்பாங்க...'

அவள் போகும்போது ஒரு செயற்கையான புன்னகையுடன் கேட்டாள் : 'யாரையாவது வரச்சொல்லியிருக்கீங்களா?'

அவன் மிகுந்த கோபத்துடன் அவளை முறைத்துப் பார்த்தான்.

'இப்படி பேசறதுக்கு மன்னிச்சிடுங்க... உங்களை நம்பறேன்...'

திடீரென்று அவளிடம் அவனுக்கு ஓர் அனுதாப உணர்ச்சி ஏற்பட்டது. அதன் காரணமாக எரிச்சலும் உண்டாயிற்று. இதென்ன பண்பாடு வேண்டியிருக்கிறது. திருமணப் பிணைப் பில் ஒரு தவிர்க்க முடியாத தன்மைக்கு காரணமான பண்பாடு? கணவன், மனைவி என்பதற்கு முன்னால் ஆண், பெண் என்பதுதானே தர்க்க ரீதியாக ஒப்புக்கொள்ள வேண்டிய கருத்து?

அப்போது டெலிபோன் ஒலித்தது. பாதி சாப்பிட்டுக் கொண் டிருந்தவன், வாசற்கதவை தாளிட்டுவிட்டு டெலிபோனை கையில் எடுத்தான்.

'அமிர்தம் பேசறேன்'

'பானு... குட் மார்னிங்...'

'குட்மார்னிங்.... நீ போன் செய்வேன்னு எதிர்பார்த்துகிட்டே இருந்தேன்...'

'அப்படியா...? மாமி இல்லியா?'

'சினிமாவுக்குப் போயிருக்கா.. பை தி வே 'மாமி மாமி'ன்னு சொல்லாதே... அது என்னை வயசானவன் மாதிரி காட்டறது!'

பானு சிரித்தாள். 'உங்களுக்கு எவ்வளவு வயசாறது?'

அமிர்தம் கொஞ்சம் திடுக்கிட்டான். 'எதற்காகக் கேட்கிறாள்? என்னை மட்டம் தட்டவா?'

'ஏன் பேசாமல் இருக்கீங்க? சொல்லக்கூடாதா? நீங்க என்ன பொம்மனாட்டியா?'

'ஆகட்டும் பத்துக்குள்ளே ஒரு நம்பர் சொல்லு'

'நான் சின்ன வயசில் குழந்தைப் பத்திரிகையெல்லாம் படிச்சதில்லை... தயவு செய்து இப்பவும் வேணாம்...'

அமிர்தம் சிரித்தான். 'சரி, எனக்கு பதினேழு வயசிலே கல்யாணம் ஆகியிருந்தால் உன் வயசிலே ஒரு பொண்ணு இருக்கும். போதுமா?'

'உங்களையே வருத்திக்கிறதா அர்த்தமா?'

அமிர்தத்துக்கு முகத்தில் அறைந்தாற் போலிருந்தது. 'கெட்டிக் காரப் பெண். இவளிடம் ஜாக்கிரதையாக பேச வேண்டும்.'

'அது கிடக்கட்டும் இப்போ எதுக்குப் போன் செய்தே?'

'என் வார்த்தையைக் காப்பாத்தினேன்...'

'என்ன வார்த்தை?'

'போன் செய்யறேன்னேன், செய்துட்டேன்...'

'சரி வச்சுடறியா?'

'ஏன் கோபப்படறீங்க, யார் மேலே கோபம் உங்களுக்கு?'

அதுதான் அவனுக்கும் புரியவில்லை.

'நீ சாயந்திரம் ஃப்ரீதானே?'

'ஹூம்...'

'புத்தா பார்க் அல்லது வேறெதாவது இடம் போகலாமா? உன்னோட கொஞ்சம் பேசணும்...'

சிறிது நேரம் மௌனம்.... பிறகு கேட்டாள் : 'இதுக்கு நான் என்ன பதில் சொல்லணும்னு எதிர்பார்க்கிறீங்க?'

'உண்டு, இல்லேங்கிற பதில். எதுக்கும் தயாராய் இருக்கேன். அந்தப் பிரச்னையை உன்னிடமே விட்டுட்டேன்.'

பானு சிரித்தாள்.

'எதுக்குச் சிரிக்கிறே?'

'சில சமயம் நீங்க தியாகிமாதிரி பேசறது வேடிக்கையா இருக்கு...'

'பேசுபவள் யார் பானுவா அல்லது நித்யாவா? நித்யாவும் நிச்சயம் இப்படித்தான் பேசியிருப்பாள், தான் சொன்னதைக் கேட்டு. அவள் தலை அப்பொழுது லேசாக இடதுபக்கம் சாய்ந்து கண்களும் சிரித்துக் கொண்டிருக்கும்.'

'மன்னிக்கணும். ஏதோ மனசிலே தோணினதை சொல்லிட்டேன்' - பானுவின் குரல் கேட்டதும் அமிர்தம் சொன்னான் : 'இல்லே! இல்லே! நீ இப்படியே பேசு அதுதான் என்னுடைய விருப்பமும்!'

'சரி... அப்போ சாயந்திரம் வீட்டுக்கு வந்து அழைச்சுண்டு போங்கோ.'

'வீட்டுக்கு வரலாமா?'

'ஏன் வரக்கூடாது?'

அவள் குரலிலிருந்த நிதானமும் அழுத்தமும் அவனை வியப்படையச் செய்தன.

'ஆகட்டும்! நான் அஞ்சு மணிக்கு வரேன்.'

'தாங்க் யூ...'

அவன் சாப்பிடத் திரும்பிச் சென்றபோது ஆறி உலர்ந்து போயிருந்தது தோசை. அந்த மனநிலையில் அவனுக்குப் பசிக்கவும் இல்லை. தோசையை அப்படியே எடுத்துக்

கொண்டுபோய் குப்பைத் தொட்டியில் போட்டுவிட்டுக் கைகளைக் கழுவிக் கொண்டு வந்தான்.

திலகம் வந்தபோது, அவன் நன்றாகத் தூங்கிக் கொண்டிருந் தான். மணி அடித்தது. ஏதோ கனவில் கேட்பது போலிருந்தது. அவள் கதவையும் பலமாகத் தட்டிய பிறகுதான் எழுந்திருந்து வந்தான்.

உள்ளே வந்த திலகம் சுற்றும் முற்றும் பார்த்தாள்.

'என்ன அப்படிப் பார்த்துக்கிட்டு நிற்கறே?'

'யாரானும் இருங்காங்களான்னுதான்... கதவைத் திறக்க ஏன் இத்தனை நேரம்?'

'கட்டிலுக்கு கீழேல்லாம் குனிஞ்சு நல்லா பாரு... உனக்குப் பைத்தியந்தான் பிடுச்சிடுச்சு...'

திலகம் கைப்பையை மேஜையின் மேல் வைத்துவிட்டு, சோபாவில் சாய்ந்து கொண்டாள்.

'படம் எப்படின்னு கேட்கமாட்டேங்கிறீங்களே?'

'படம் எப்படி?'

'முதல் தரம்! பொண்டாட்டி இருக்கிறப்போ இன்னொருத்தியைச் சுத்திகிட்டு அலையற ஆம்பளைங்களுக்கு நல்ல சூடு.'

'என்ன ஆவுது?'

'பொண்டாட்டியைப் படுத்தின பாட்டுக்கு எங்கெங்கேயோ போய்க் கஷ்டப்பட்டு மறுபடியும் பொண்டாட்டிகிட்டேயே வந்துடறான்.'

'அதுதான் அவனுக்குத் தண்டனையா?'

திலகம் அவனைக் கோபத்துடன் பார்த்தாள். 'ஏன் இப்படிப் பேசறீங்க? பொண்டாட்டி பிடிக்காட்டி எதுக்காகக் கல்யாணம் செய்துகிட்டீங்க?'

'ஏன் உனக்குக் கொஞ்சங்கூட நகைச்சுவையே இல்லே?'

'இல்லாட்டிப் போட்டும், சாப்பிட வாங்க'

சாப்பிட்டு முடிந்தவுடன் அவன் சோபாவில் ஒரு புஸ்தகத்துடன் உட்கார்ந்ததும், திலகம் பக்கத்தில் வந்து உட்கார்ந்தாள், வாய் நிறைய வெற்றிலைச் சீவல்.

‘அது போகட்டும். எனக்கு ஒரு வாரமா பைத்தியம் பிடிச்சதா நினைச்சுக்குங்க. எல்லாத்தையும் மறந்திடுங்க’ என்றாள் திலகம்.

திடீரென்று அவள் பக்கத்தில் வந்து உட்கார்ந்து இதைச் சொன்னது அவனுக்கு ஆச்சரியமாக இருந்தது. ஒருவேளை, மிஸஸ் ஐயரிடம் இதைப் பற்றி விவாதித்து, அவள் ஏதேனும் உபதேசம் செய்திருக்கக்கூடுமோ?

அவன் பேசாமலிருப்பதைக் கண்டதும், அவன் தோள் மீது சாய்ந்து கொண்டே அவள் கேட்டாள் : ‘இன்னிக்கு எங்கேயாவது போவோமா?’

‘எங்கே?’

‘புத்தா பார்க். ஓக்லா... எங்கேயாவது...’

அவனுக்குச் சற்று அதிர்ச்சியாக இருந்தது. அவளுக்கு ஏதாவது தெரியுமா? அவளை உற்றுப் பார்த்தான்.

‘என்ன அப்படிப் பார்க்கிறீங்க, நெசமாத்தான் கேட்கிறேன்.’

அவள் கை லேசாக அவன் தலையை வருடியது.

‘இன்னொரு நாள் போவோம்.’

‘ஏன், இன்னிக்கு என்ன?’

‘இன்னிக்கா? சாயந்திரம் பானர்ஜி வீட்டுக்குப் போறேன், ஒரு சின்ன ‘ட்ரிங்க்’ பார்ட்டி...’

எப்பொழுதாவது அவன் நண்பர்களோடு குடிப்பதை திலகம் கட்டுப்படுத்துவதில்லை. இது அவள் அவனுக்குத் தந்திருந்த சலுகை.

‘வரலேன்னு சொல்லிடுங்களேன்’

‘அது எப்படி முடியும்? அவனுக்கு ஏதோ பிரமோஷன் கிடைச்சதுன்னு பார்ட்டி... இன்னும் யாரோ இரண்டு பேரைக் கூப்பிட்டிருக்கிறான்... போகாட்டி நல்லா இருக்காது.’

தன்னால் இவ்வளவு இயல்பாகவும் கூச்சமில்லாமலும் பொய் சொல்ல முடியுமென்பது அவனுக்கே வியப்பைத் தந்தது.

'நிச்சயமா அடுத்த ஞாயிற்றுக்கிழமை போவோம்' என்றான் அமிர்தம்.

'அப்போ ஒண்ணு செய்யறீங்களா?'

'என்ன?'

'சாணக்கியபுரி நேரு பார்க் பக்கம் இப்பொ போவோம். கார்விடக் கத்துக்குடுங்க. மிஸஸ் ஐயர் என்ன ஜோரா கார் ஓட்டறாங்க!'

'இதோ பாரு, நீ எங்கே போகணுமோ அங்கே நான் அழைச்சு கிட்டுப் போறேன். உனக்கு ஏன் கார் விடற தொல்லை யெல்லாம்...?'

'இந்த மாதிரி பிரியமா பேசற மாதிரி பேசி ஏமாத்தாதீங்க. நான் கார் விடத்தான் போறேன், நீங்க கத்துத் தரணும்.'

அவளிடம் வழக்காடுவதில் பயனில்லை என்று உணர்ந்த அமிர்தம், சோபாவிலிருந்து எழுந்திருந்தான்.

'அந்தப் பொண்ணை ஒரு நாளைக்குப் பார்க்க போவோமா?'

'எந்தப் பொண்ணை' அமிர்தம் திடுக்கிட்டான். தரையில் விழுந்த புஸ்தகத்தை குனிந்து எடுத்தான்.

'பானுவை... சும்மாத்தான்... பானுதானே அவ பேரு?'

'எதுக்காகப் பார்க்கணும்?'

'அன்னிக்குப் பார்க்கறப்போ வீட்டுக்குக் கூப்பிடலையா? போய்ப் பார்த்தால் என்ன?'

அன்று பானு, திலகத்தை வீட்டுக்குக் கூப்பிடவில்லை என்று அவனுக்கு உறுதியாகத் தெரியும். ஆனால், திலகம் சொன்னதை அவன் மறுக்க விரும்பவில்லை. பேசாமல் இருந்தான்.

'என்ன போகலாமா?' என்று கேட்டாள் திலகம்.

'ஒரு அர்த்தமுமில்லாமே திடீர்னு போனால்?'

'நேத்து நீங்க எப்படிப் போனீங்க? கோவிச்சுக்காதீங்க!'

'வீட்டுக்குக் காரிலே கொண்டு விட்டேன். அவ்வளவுதான் நானாப் போகலே...'

'நீங்களா போனீங்கன்னு நான் சொல்லலியே...'

'அப்படிப் போனாலும் என்ன தப்பு? அவ வயசிலே நமக்கு ஒரு பொண்ணு இருக்காதா...?' சே, தான் எப்பேர்ப்பட்ட வேஷதாரி!

'அப்படின்னா போவோமே... ஒரு வேளை நான் வரக்கூடாதா?'

அசட்டுத்தனமாகப் பேசி மாட்டிக் கொண்டு விட்டோம் என்பதை அவன் உணர்ந்தான்.

'ஆகட்டும்! ஒரு நாளைக்குப் போவோம்...'

'சரி... நான் இப்போ தூங்கப் போறேன். நீங்க போறப்போ என்னை எழுப்புங்க.'

திலகம் சோபாவில் அப்படியே காலை நீட்டிக்கொண்டு படுத்தாள்.

8

அமிர்தம் புஸ்தகத்தை கையில் எடுத்துக் கொண்டு கட்டிலில் சற்று சாய்ந்த நிலையில் உட்கார்ந்தான்.

திலகம் எதற்காகப் பானுவை பார்க்க விரும்பு கிறாள்? எப்பேர்ப்பட்ட பெண் என்று அள வெடுக்கவா? அந்தப் பெண் நிச்சயம் இதைக் கண்டு கொள்வாள். திலகத்துக்கு நாசுக்காகப் பேசத் தெரியாது. இந்தச் சூழ்நிலையிலிருந்து எப்படித் தப்பித்துக் கொள்வது?

பானுவிடம் தான் வீட்டுக்கு வரலாமா என்று கேட்டபோது 'ஏன் வரக்கூடாது?' என்று அவ்வளவு நிதானமாகவும் அழுத்தமாகவும் அவள் கேட்டாளே ஏன்? தான் மனத்தில் ஏதேதோ கற்பித்துக் கொண்ட அசட்டுத்தன மான அவதிகளுக்கெல்லாம் அவள் பொறுப் பாளி அல்ல என்று சுட்டிக்காட்டவா? அல்லது அவளுக்கு தன் அம்மாவிடம் எந்த விதமான பயமோ அல்லது மரியாதையோ இல்லை என்று விளக்குவதற்கா, எதற்காக அப்படிப் பேசினாள்?

அவளுக்கு தன் அம்மாவைக் கண்டால் பிடிக்கவில்லை என்று வெளிப்படையாகவே நேற்று கூறினாள். இதற்கு என்ன காரணம்? அப்பாவை விட்டு அம்மா வந்து விட்டாள்

என்பதினாலா? அல்லது அம்மாவின் நடவடிக்கைகளும் இதற்குக் காரணமாக இருக்குமோ? அவள் அம்மாவைப் பார்க்கும்போது சந்தர்ப்பவாதியாகத்தான் தோன்றுகிறது. வாய்ப்புகள் ஏற்பட்டால் அவற்றைப் பயன்படுத்திக் கொள்ள தயங்கமாட்டாள் என்றுதான் தெரிகிறது.

பானுவின் அம்மாவுக்கும், நித்யாவின் அம்மாவுக்கும் என்ன வித்தியாசம்?

நித்யாவின் அம்மாவுக்கும், தனக்கும் நித்யாவுக்கும் உள்ள சிநேகிதத்தைப் பற்றி தெரியாமலில்லை. இருவரும் சேர்ந்து பல இடங்களுக்குச் சென்றபோதுகூட அவள் ஆட்சேபிக்கவில்லை. ஆனால், நித்யா தன் தாய் அவர்களுடைய கல்யாணத்துக்குச் சம்மதிக்க மாட்டாள் என்று ஏன் சொன்னாள்? இதைப் பற்றி அவளுடைய தாயிடம் தான் விவாதிக்காமல், ஓர் உணர்ச்சி வேகத்தில் திலகத்தைச் சென்று மணந்தது. தான் செய்த தவறோ? ஒருவேளை நித்யாவே, தான் அவளுக்கேற்ற கணவன் இல்லை என்று நினைத்திருக்கலாம்; தாய் மீது பழியைப் போட்டுவிட்டு விலகிக்கொண்டு விட்டாள். அதோ உறக்கத்தில் ஆழ்ந்து காலை யில் பார்த்த சினிமாவைக் கனவு கண்டு கொண்டிருக்கிறாளே அவள்தான் தனக்கேற்ற மனைவி. பானுவைப் பார்க்கப் போகவேண்டுமென்ற நினைவு அப்பொழுது வந்தபோது, அவன் மனத்தில் லேசான ஒரு நிழல் படர்வது போலிருந்தது. போலியோ அல்லது உண்மையோ. பன்னிரண்டு வருஷ அமைதியைத் தன் 'ஈகோ'வைச் சீராட்ட வேண்டுமென்பதற்காக விற்றுத்தான் ஆக வேண்டுமா? வேண்டாம். பானுவுக்குப் போன்செய்து விடுவோம், வரவில்லையென்று... அட கடவுளே! அவளுக்குப் ஃபோன் ஏது?

'மணி என்ன?'

பாதித் தூக்கத்தில் புரண்டுகொண்டே திலகம் கேட்டாள்.

'நாலு...'

'புறப்படலியா?'

'இதோ புறப்பட்டுக்கிட்டே இருக்கேன்' - அமிர்தம் கட்டிலை விட்டு இறங்கினான்.

சோம்பல் முறித்துக்கொண்டே திலகம் எழுந்திருக்க முயன்ற போது, அமிர்தம் சொன்னான்: 'நீ எழுந்திருக்க வேண்டாம். வெளியிலே காப்பி சாப்பிட்டுக்கிறேன்...'

'காப்பி போட எத்தனை நேரமாகப் போகுது...?' என்று எழுந்திருந்தாள் திலகம்.

அமிர்தம் டிரஸ் செய்துகொண்டு புறப்படத் தயாராக இருந்த போது, காப்பியை கொண்டு வந்து மேஜையில் வைத்தாள் திலகம்.

'ராத்திரி நேரமாகுமா?'

'சொல்ல முடியாது. சீக்கிரம் வரப் பார்க்கிறேன்'

'காரை ஓட்டிக்கிட்டு வரணும்... ட்ரிங்க் பார்ட்டி... அளவுக்கு மீறிப் போகாதீங்க...'

அமிர்தம் சிரித்தான். 'நான் எப்போதாவது அளவுக்கு மீறி போயிருக்கேனா?'

'இதுவரையிலும் இல்லே...' என்று இழுத்தாள் திலகம்.

'நானே போகவேண்டாமோன்னு யோசிச்சுக்கிட்டிருக்கேன்' என்று காப்பி சாப்பிட்ட பிறகு, வாயைக் கைக்குட்டையினால் துடைத்துக் கொண்டே சொன்னான் அமிர்தம்.

'வரேன்னு சொல்லிட்டுப் போகாமல் இருந்தா நல்லா இருக்காதுன்னீங்க...'

அமிர்தம், வாஷ் பேஸினுக்குச் சென்று வாயைக் கொப்பளித் தான். ஆள்காட்டி விரலால் பற்களை நன்றாகத் தேய்த்தான். திலகம் அவனையே பார்த்துக் கொண்டிருந்தாள்.

'இதென்ன புது பழக்கம், காப்பி சாப்பிட்டப்புறம் வாயைக் கழுவிக்கிட்டு எங்கே போகப் போறீங்க?'

'நீயும் வரயா, பானர்ஜி வீட்டுக்கு. சந்தேகம் தெளிஞ்சுடும்.'

'ஆமாம் அது ஒண்ணுதான் பாக்கி எனக்கு... வாயைக் கழுவிக் கிட்டுப் புறப்படற ஆயத்தத்துக்காகச் சொன்னேன். நீங்க நல்லா போயிட்டு வாங்க, சீக்கிரம் வந்துடுங்க.'

அமிர்தம், லட்சுமிபாய் நகர் சென்றதும் பானுவின் வீட்டு வாசலில் காரை நிறுத்தி 'ஹாரன்' அடித்தான். ஐந்து நிமிஷங் களாகியும் பானு வரவில்லை. திரும்பி விடலாமா? திரும்பி விட்டால் எந்தவித பிரச்னையும் இல்லை. ஏதாவது ஒரு முடிவுக்குத் திரும்பிவரத்தான் இந்த அவகாசம் தனக்கு அளிக்கப்பட்டிருக்கிறது.

திரும்பிச் சென்றால், திலகத்தை அழைத்துக் கொண்டுபோய் நேரு பார்க்கில் அவளுக்குக் கார்விடக் கற்றுக் கொடுக்கலாம். அவளும் மிஸஸ் ஐயரை நேருக்கு நேர் பார்த்து 'எங்க வீட்டுக்காரரும் எனக்கு கார் விடக் கற்றுக் கொடுத்தார்' என்பாள். தான் ரிட்டையராகிப் பென்ஷன் வாங்கும்போது, தனக்கு களைப்பு ஏற்பட்டால் திலகம் கார் ஓட்டிக்கொண்டு போகலாம்... என்ன சலனமற்ற வாழ்க்கை! அமைதி... சமாதியின் அமைதி...!

அமிர்தம் மறுபடியும் ஹாரன் அடித்தான். பானுவின் அம்மாவுக்கு உடல் நலம் சரியில்லையோ! அவன் காரைப் பூட்டிக் கொண்டு புறப்பட்டான்.

பானுவின் வீட்டு வாசற்கதவு சாத்தியிருந்தது. உள்ளே போவதா, வேண்டாமா?

'ஹலோ!'

அவன் திரும்பிப் பார்த்தான், நடேசன். இவர் சம்பந்தப்படாத தென்னிந்திய சங்கங்கள் ஒன்றும் இல்லை. ஒன்றில் காரியதரிசி, மற்றொன்றில் துணைக் காரியதரிசி, இன்னொன்றில் நிர்வாகக் குழு உறுப்பினர். வேதாந்த தேசிகன் வைபவமாக இருந்தாலும் சரி, வள்ளலார் தைப்பூசமாக இருந்தாலும் சரி, எல்லாவற்றிலும் கலந்து கொண்டு பம்பரமாக வேலை செய்வார்.

'எங்கே இந்தப் பக்கம் ' என்று கேட்டார் நடேசன்.

'நீங்க இங்கேயோ இருக்கீங்க?'

'ஆமாம். 'இ' பிளாக். வாங்களேன்.'

'இப்போவா?'

'இங்கே யாரையானும் பார்க்கணும்னா, பார்த்துட்டு வாங்க... யாரைப் பார்க்கணும்?'

'உங்க வீடு பக்கம் தானா?'

'இதோ இந்தப் பக்கம் திரும்பினால் நாலாவது வீடு.'

'அப்போ உங்க வீட்டுக்குப் போகலாம் வாங்க...'

'தாராளமா... நீங்க தேடிண்டு வந்த மனுஷா இல்லையோ?'

'அஞ்சேகால் தான் ஆவுது, என்ன வெய்யில்...' என்றான் அமிர்தம்.

'ஆமாம் அசாத்திய வெய்யில்... இந்த வெய்யிலில் யாரைத் தேடிண்டு வந்தேள்?'

'அதோ வாசல்லே இரண்டு மூணு குழந்தைங்க விளையாடிக் கிட்டிருக்கே அந்த வீடா?'

'ஆமாம்...'

'சுறுசுறுப்புள்ள குழந்தைகள்! எல்லாம் உங்கள் குழந்தைகள் தானே?'

'இல்லை, இல்லை. அதோ அழுதுண்டிருக்கே அதுதான் என் குழந்தை... அதை இப்படிப் புல் தரையிலே விட்டுட்டு அவ உள்ளே என்ன பண்ணறா?'

தம்மைத் தாமே கேட்டுக்கொண்டு, அவர் குழந்தையைத் தூக்கியவாறு வீட்டில் நுழைந்தார். 'மீனாட்சி... மீனாட்சி...'

'என்ன குடிமுழுகிப் போச்சு, எதுக்காகக் கத்திண்டே வரேள்...?'

இவ்வாறு கேட்டுக் கொண்டே வந்த அவர் மனைவி, அமிர்தத்தைக் கண்டதும் திடுக்கிட்டு நின்றாள்.

'குழந்தை ஏன் வெளியிலே நிண்ணுண்டு அழறான்?'

'அவனுக்கு என்ன வேலை?'

அவள் முகத்தில் இப்பொழுது செயற்கையான புன்னகை.

'இவர்தான் மிஸ்டர் அமிர்தம்... டெபுடி செகரட்ரி, ஹெல்த் மினிஸ்டிரி.'

அவன் அப்பதவி வகிப்பதில் தனக்கு ஆட்சேபணை இல்லை என்பதுபோல், அவர் மனைவி தலையை ஆட்டினாள்.

‘இப்படி உட்காருங்கோ...’ என்று எலும்புக்கூடாய் இருந்த ஒரு நாற்காலியை அவர் சுட்டிக் காட்டினார். இவ்வளவு வெளி விவகாரங்களில் ஈடுபடுபவர், தம் வீட்டையும் கொஞ்சம் கவனித்துக்கொள்ளக் கூடாதோ? உட்காருவதற்கு ஒரு நல்ல மோடாவாவது வாங்கிப் போட்டிருக்கலாம்.

‘காப்பி கொண்டா, போ’ என்றார் அவர், தம் மனைவியைப் பார்த்து.

‘நோ ப்ளீஸ்... இப்போ வேண்டாம். உங்க வீட்டைப் பார்த்துக் கிட்டேன். இன்னொரு நாளைக்கு வரேன்...’

‘என்ன இப்படி வந்துட்டு, சாப்பிடாம போறீங்க...’

‘பரவாயில்லை. இன்னொரு நாளைக்கு கட்டாயமா வரேன்...’

‘காப்பி ஒரு நிமிஷத்திலே கொண்டு வரேன்...’ என்றாள் அவர் மனைவி.

‘இதோ பாரு. கொண்டா நீ... அவர் சாப்பிட்டுவிட்டுப் போவார்...’ ஒரு டெபுடி செகரட்ரியைக் காப்பி சாப்பிடாமல் அனுப்புவதில்லை என்று அவர் தீவிரமாக இருந்தார்.

நேற்றே போட்டு வைத்த ‘டிகாக்ஷன்’ போலும், அமிர்தம் கஷ்டப்பட்டுக் காப்பியைப் குடித்தான்.

சே... இதென்ன பைத்தியக்காரத்தனம்... மனைவியிடம் பொய் சொல்லிட்டு கிளம்பி யாரையோ பார்க்க வந்து பிறகு அதிகமாகப் பழக்கமில்லாத ஒருவர் வீட்டில், அவர் மனைவி தயாரித்த மிகவும் மோசமான காப்பியை சாப்பிட்டுக் கொண்டிருப்பானேன்? தான் ஒரு கோழை. பானுவின் வீட்டுக்குச் சென்று கதவைத் தட்டத் தயங்கியதற்குப் பரிசு, இந்த மோசமான காப்பி...

‘சரி வரட்டுமா?’

அவன் திடுதிப்பென எழுந்திருந்தது நடேசனுக்கு சற்று ஆச்சரியத்தை அளித்தது.

‘இங்கே யாரைப் பார்க்கணுங்கிறது ஞாபகத்துக்கு வந்திடுத்தா?’

மனுஷன் விடமாட்டார் போலிருக்கு. மற்றவர்கள் விஷயங்களை பற்றித் தெரிந்துகொள்வதில் என்ன ஆர்வம்.

'வரட்டுமா? இன்னொரு நாளைக்கு வரேன்...' அவர் பதிலுக்குக் கூட காத்திருக்காமல் அவன் வேகமாகச் சென்றான்.

பானுவின் வீட்டுக்குச் சென்று காலிங் பெல்லை அழுத்தினான்.

ஜன்னல் கதவு சாத்தியிருப்பதைக் கண்டதும் அவனுக்கு சந்தேகம் வந்தது. வாசற் கதவைப் பார்த்தான்.

பூட்டியிருந்தது!

தான் முதலில் வந்தபோது பூட்டியிருக்கவில்லையே! ஒரு வேளை தான் கவனிக்கவில்லையோ?... இல்லை, நிச்சயமாகப் பூட்டியிருக்கவில்லை... அப்படியானால் தான் நடேசன் வீட்டுக்குப் போய் வருவதற்குள் பூட்டிக்கொண்டு சென்றிருக்க வேண்டும். அவர்கள் எங்கே சென்றிருப்பார்கள்? அவனுக்கு ஒன்றுமே புரியவில்லை.

காரை நோக்கிச் சென்றான்.

காரில் போய் உட்கார்ந்ததும் அமிர்தம் யோசித்தான். எங்கே போவது? வீட்டுக்கா? அர்த்தமில்லை.

தான் அவள் வீட்டு வாசலில் நின்றபோது பானு பார்க்காமலா இருந்திருப்பாள்? அப்படிப் பார்த்தும் அவள் வீட்டைப் பூட்டிக் கொண்டு போனாள் என்றால்... சே... தான் வந்திருக்கக் கூடாது.

திலகத்திடம் சொல்லிவிட்டு வந்த மாதிரி, பானர்ஜியைப் பார்க்கப் போகலாமா? அவன் வீட்டில் இருப்பானோ? முப்பத்தைந்து வயதாகியும் கல்யாணம் செய்துகொள்ளாத புத்திசாலி. பெண்களைக் கண்டால் அவனுக்கு அசாத்திய வெறுப்பு. இதற்கு மிகவும் அந்தரங்கமான காரணம் இருக்க வேண்டும்.

அவனைப் போய்ப் பார்ப்பதில் ஆபத்தும் இருக்கிறது. ஸ்காண்டி நேவியன் நாடோடிப் பாடல்களைப் பற்றி அவன் சொல்வதை யெல்லாம் கேட்டுத் தொலைக்க வேண்டும். பானுவை வீடுதேடி வந்த தன்னுடைய முட்டாள்தனத்துக்கு இதுதான் தண்டனை.

அவன், காரை சரோஜினி நகர் வழியே விட்டுக்கொண்டு சென் றான். ரிங் ரோட்டில் பல மாடிகளைக் கொண்ட அரசாங்க விடுதியில் பானர்ஜி இருந்தான். 'பிரம்மச்சாரி, இவனுக்கு இவ்வளவு பெரிய இடம் எதற்கு? ஒவ்வொரு தடவையும் அவன்

வீட்டுக்குப் போகும்போது தனக்கு இந்த நினைவு வருகிறது. தன் அடி மனத்தில் அவனிடத்துப் பொறாமை ஏற்பட்டு அதுவே இதற்குக் காரணமாக இருக்கலாமோ!

பொறாமை ஏற்படக் காரணம் என்ன? சமூகப் பந்தங்களினின்று தப்பித்துக் கொண்டு, சுதந்தரமாக அவ்வளவு பெரிய வீட்டில் அவன் தன் இச்சைப்படி வாழ்கிறான். 'இது ஆண்கள் உலகம், பெண் ஒரு தேவையில்லாத குறுக்கீடு' - இதுதான் அவனுடைய வாதம். இதற்காக அவனை ஒரு துறவி என்று அழைக்க முடியாது. 'நான் எதனையும் துறந்துவிடவில்லை. ஆனால், தேர்ந்தெடுக் கும் உரிமையை என்னிடத்தில் வைத்துக் கொண்டிருக்கிறேன்' என்று அவன் ஒரு சமயத்தில் சொன்னது அமிர்தத்துக்கு நினைவுக்கு வந்தது.

பானர்ஜி ஒரு மிகச்சிறந்த ஓவியன். மற்றவர்கள் பாராட்ட வேண்டும் என்பதற்காகவோ அல்லது எக்ஸிபிஷன் நடத்தி படங்களை விற்றுப் பொருள் சம்பாதிக்க வேண்டும் என்பதற் காகவோ அவன் சித்திரம் வரைவதில்லை. 'இந்தப் படம் அற்புத மாக இருக்கிறது' என்று சொன்னால், அவன் வெறுமனே தலையை ஆட்டிவிட்டு வேறு எதைப் பற்றியாவது பேசுவான்.

ஓவியன் என்றதும் பானுவின் நினைவு வருகிறது. பானுவின் படங்கள் சராசரி தரத்துக்கு சற்று அதிகமானது என்பதில் சந்தேகமில்லை. அவளை பானர்ஜியின் படங்களைப் பார்க்க ஒருநாள் அழைத்து வர வேண்டும்.

அட கடவுளே. நான் எவ்வளவு பெரிய முட்டாள். பானுதான் தன்னை வரச்சொல்லிவிட்டு வீட்டைப் பூட்டிக் கொண்டு போய்விட்டாளே.

பானர்ஜி, வீட்டில் இல்லாவிட்டால் என்ன செய்வது? கனாட்ப்ளேஸ் போய் ஏதாவது சினிமா பார்க்கலாம். இன்று ஞாயிற்றுக்கிழமை. ஒரு தியேட்டரிலும் டிக்கெட் கிடைக்காது. மறுபடியும் லட்சுமிபாய் நகர் போய்ப் பார்த்தால் என்ன? பானு பக்கத்தில் எங்கேயாவது போயிருக்கலாம்... தான் இவ்வளவு அவசரப்பட்டு வந்திருக்கக் கூடாது. நித்யா ஒரு தடவை சொன்னது போல், தான் சட்டென்று ஒரு முடிவுக்கு வந்து ஒரு வேகத்தில் காரியங்களைச் செய்பவன்தான். நித்யா எப்போதுமே தன் கோபத்துக்கு மதிப்பு தருவதில்லை. ஒரு சமயம் அவள் இன்னும் சில ஆபீஸ் நண்பர்களுடன் சோனாவுக்குச் செல்ல

இருந்தபோது அவனைக் கூப்பிட்டாள். அவள் ஆபீஸ் நண்பர்களுடன் போவது அவனுக்குப் பிடிக்கவில்லை.

'இன்னொரு சமயம் போகலாமே, நாம இரண்டு பேரும்...' என்றான்.

'ஏன், இப்போ போனா என்ன?'

'உன் ஆபீஸ் நண்பர்களோட போகணுமேன்னு பார்க்கிறேன்...'

'நீங்க பார்த்துண்டே இருங்கோ. நான் போகலாம்னு இருக்கேன்'

'பேஷா, தாராளமா, சந்தோஷமா போயிட்டு வா' என்று அவன் கோபத்துடன் சொன்னான்.

நித்யா புன்சிரிப்புடன் தோளைக் குலுக்கிக் கொண்டாள்.

9

ஞாயிற்றுக்கிழமை காலை அவர்கள் புறப் பட்டுப் போனார்கள். அமிர்தத்துக்கு வீட்டில் இருப்புக்கொள்ளவில்லை. ஏதோ புத்தகத்தை எடுத்து மனம் போனபடி புரட்டிக் கொண் டிருந்தானே தவிர, படிக்க முடியவில்லை. ஸோனாவுக்குத் தானும் போனால் என்ன என்று அவனுக்குத் தோன்றிற்று. ஸ்கூட்டர் சர்வீஸுக்குப் போயிருந்தது. டாக்ஸியில் போனால் என்ன குடி முழுகிப் போய்விட்டது. தான் இவ்வளவு செலவழித்துக் கொண்டு போவதைப் பார்த்தாவது அன்று தன்னை அவ்வளவு அலட்சியமாகப் பேசியிருக்கக் கூடாது என்று அவள் மனச்சாட்சி உறுத்தட்டும்.

ஸோனாவுக்கு அவன் போய்ச் சேர்ந்தபோது, நித்யா கந்தக அருவியில் நீராடி விட்டு புதுப்புடவை கட்டிக்கொண்டு வெய்யிலில் கூந்தலை உலர்த்தியவாறு நின்றாள். அவள் பக்கத்தில் நின்று கொண்டிருந்தான், அவள் ஆபீஸைச் சேர்ந்த மகேஷ். டீ ஷர்ட் போட்டுக் கொண்டு உதட்டில் சிகரெட் தள்ளாட அவளுடன் பேசிக் கொண்டிருந்தான். அவள் மயிரை நீவிவிட்டுக் கொண்டே தலையை ஒருக்களித்துப் பின்புறமாக சாய்த்துச் சிரித்துக் கொண்டிருந்தாள்.

'அமிர்தம்... நீ எப்படி இங்கு வந்து சேர்ந்தே' என்று வியப்புடன் கேட்டான் மகேஷ்.

நித்யா திடுக்கிட்டு திரும்பிப் பார்த்தாள்.

'வரலேன்னு சொல்லிட்டு...' என்று நித்யா சொல்லி முடிப் பதற்குள் அமிர்தம் கேட்டான் : 'நான் இடையில் புகுந்து குறுக்கிடுகிறேனா?'

நித்யாவுக்கு முகம் சிவந்தது. 'இங்கே வேவு பார்க்க வந்தீங்களா? வெட்கமா இல்லே?'

'வேவு பார்க்க நான் யாரு? என்ன உரிமை இருக்குது? நீ ஏன் இவ்வளவு கோபப்படறே?'

'அப்பவே எங்களுடன் வருவதெற்கென்ன? தனியா வருவா னேன்?'

அமிர்தம் சிரித்தான். 'நீ ஸோனாவை விலைக்கு வாங்கியிருக்கிறது எனக்குத் தெரியாது...'

நித்யாவின் கோபம் சற்றுத் தணிந்தது. 'நீங்க எப்படி வந்தீங்க?'

'டாக்ஸி'

'அட கடவுளே! எவ்வளவு ஆச்சு?'

'கவலைப்படாதே. உன்னைப் பார்க்கணும்னு ஒரு வேகம், கிளம்பி வந்து விட்டேன்...'

'க்ஷணச் சித்தம் கணப் பித்தம் என்பார்களே அப்படியா இருப்பீங்க? ஒருநாள் இதுவே உங்களுக்கு ஏதாவது விபரீதத்தைத் தேடித் தரும்.'

அவள் சொன்னது உண்மையாகிவிட்டது...

அமிர்தம் காரை நிறுத்தினான். பானர்ஜி குடியிருக்கும் அந்தப் பெரியக் கட்டடம் வந்துவிட்டது.

அவன் காரைப் பூட்டிக் கொண்டு போனபோது அவன் காலடில் ஒரு கிரிக்கெட் பந்து வந்து விழுந்தது. பளபளவென்றிருந்த அந்தப் பந்தை கையிலெடுத்துக் கொண்டான் அவன்.

'அங்கிள் ஜி... பால்...'

ஸ்டம்பைவிடக் குட்டையான ஒரு சிறுவன், பந்தை கேட்டான்.

'தும் பௌலர் ஹை யா பாட்ஸ்மேன்?...' என்று கேட்டான் அமிர்தம்.

'ஃபாஸ்ட் பௌலர் ஹை' என்றான் அந்தச் சிறுவன். அமிர்தம் அந்தப் பையன் கன்னத்தில் தட்டிக் கொடுத்துவிட்டு பந்தைக் கொடுத்தான்.

நாலாவது மாடியில் பானர்ஜி இருந்தான். லிஃப்ட்டில் அவனுடன் நாலைந்து குழந்தைகள் வந்தன. அவை, வெகு சகஜமாக ஆங்கிலத்தில் பேசிக்கொண்டு வந்தன. ஓடியனில் ஓடிக் கொண்டிருந்த 007 படத்தைப் பற்றி வாதம்.

பானர்ஜி வீட்டுக்குச் சென்று காலிங்பெல்லை அழுத்தியதும் அவனுடைய சமையற்காரன் கதவைத் திறந்தான்.

'ஆயியே சா(ஹ)ப்... பாபுஜி ஹை(ங்)...'

பானர்ஜி ஒரு பிரெஞ்சு நாவலை படித்துக் கொண்டிருந்தான். அவனுக்கு ஐந்தாறு ஐரோப்பிய பாஷைகள் நன்றாகத் தெரியும்.

'எப்படி இந்த நேரத்தில் இந்த வந்தாய்?' என்று கேட்டான் பானர்ஜி.

'பார்க்கப் போனால் நான் கேட்க வேண்டும். எப்படி இந்நேரத்தில் வீட்டில் இருக்கிறாய்?' என்று சொல்லிக் கொண்டே, சோபாவில் உட்கார்ந்தான் அமிர்தம்.

சோபாவில் சாய்ந்து கொண்டிருந்தவன் பதில் ஒன்றும் சொல்லாமல் தோளைக் குலுக்கியவாறு எழுந்து உட்கார்ந்தான்.

சுவருக்கு சுவர் விரிக்கப்பட்டிருந்த ரத்தினக் கம்பளம், சுவரில் மாட்டப்பட்டிருந்த பானர்ஜி வரைந்த சித்திரம் - அறையில் வேறு படங்களே இல்லை - உயரே உத்தரத்திலிருந்து தொங்கிய கண்ணாடியாலான கோயில் விளக்கு என எல்லாமாக சேர்ந்து அந்த அறையை விஸ்தாரமாகக் காட்டித் தனிமைச் சூழ்நிலையை உண்டாக்கின.

'இந்த அறையில் ஒரு தனிமை உணர்வு ஏற்படுகிறது' என்றான் அமிர்தம்.

'நான் விரும்புவதும் அதுதான்.. நீ இதைப் புரிந்துகொண்டது பற்றி சந்தோஷம்...'

'இன்னொரு விஷயம் எனக்கு இன்றுதான் புரிந்தது. என் அடி மனத்தில் உன்னிடம் பொறாமை ஏற்பட்டிருக்கிறது என்று நினைக்கிறேன்.'

'நீ என்னை ஆச்சரியத்தில் ஆழ்த்தவில்லை...'

'நீ ஆச்சரியப்பட வேண்டும் என்பதற்காகச் சொல்லவில்லை. பொறாமை ஏன் என்று எனக்குப் புரிந்தாலும், நான் ஒரு செயலற்ற நிலையில் இருப்பதுபோல் எனக்குப் படுகிறது.'

பானர்ஜி, பைப்பை எடுத்து அதில் புகையிலையை நிரப்பினான். அவன் முகத்தில் லேசாகப் புன்னகை படர்ந்தது.

'நான் உன்னைப் போர் அடிக்கிறேனா?' என்றான் அமிர்தம்.

'இல்லே... மேலே சொல்லு...?'

அவன் பைப்பை பற்றவைத்துக் கொண்டான்.

'மேலே சொல்ல என்ன இருக்கிறது?'

'இந்த சிக்கலான பேச்சுகளும் தத்துவங்களும் வேண்டாம். உன் பிரச்னை என்ன?'

அமிர்தம் சிறிது நேரம் பேசாமலிருந்தான். அவனிடத்தில் சொல்லலாமா? கல்யாணமே செய்து கொள்ளாதவன் இவனுக்குத் தன் பிரச்னையைச் சொன்னால் எங்கே புரியப்போகிறது? பெண் இனத்தையே விஷம் என்று ஒதுக்குகிறவன், தான் சொல்வதைக் கேட்டால் சிரிக்கத்தான் போகிறான். அவன் இவ்வாறு இருப் பதற்கு ஒரு தீவிரமான காரணம் இருக்கலாம். அதை அவன் இப்பொழுது சொன்னாலும் சொல்லலாம்... தன் பிரச்னையை அவனிடத்தில் சொன்னால்தான் என்ன?

இதில் பிரச்னை எங்கே இருக்கிறது? பானுவே தன்னை வரச் சொல்லிவிட்டு வீட்டைப் பூட்டிக் கொண்டு போய்விட்டாள். நேரே வீட்டுக்குச் சென்று திலகத்துடன் நேரு பார்க்குக்குப் போய் அவளுக்கு கார் விடக் கற்றுக்கொடுக்க வேண்டியதுதானே தன் கடமை? தன்னுள் மற்றொரு பாதி, இதை ஏன் ஏற்றுக்கொள்ள மறுக்கிறது? கனவுகளை நினைத்து ஏன் அசை போடுகிறது?

'நீ என்ன கம்ப்யூட்டரா? பிரச்னையைக் கூறினால் விடையைத் தர?' என்றான் அமிர்தம், பானர்ஜி தன்னை கூர்ந்து கவனிப்பது கண்டு.

'தான் உண்டாக்கிக் கொள்வதைத் தவிர, மனிதனுக்கு வேறு பிரச்னைகளே இல்லை. மனிதனுக்கும் இயற்கைக்கும் இடையே நிகழும் போராட்டத்தில் மனிதனுக்கு ஏற்படக்கூடிய பிரச்னைகள் எல்லாம் பௌதிகத்தன்மை வாய்ந்தவையாகத்தான் இருக்க முடியும். மனப்போராட்டம் என்ற வார்த்தை மனிதன் தானாக ஏற்படுத்திக் கொண்டது. தன் ஈகோவைச் சீராட்ட எனக்கு அதில் நம்பிக்கையில்லை...'

'நீ ஏன் ஒரு சிஷ்யப் பரம்பரையை உருவாக்கவில்லை என்பதுதான் எனக்கு ஆச்சரியமாக இருக்கிறது. மற்றபடி ஒரு மதகுருவுக்கு வேண்டிய எல்லா தகுதிகளும் உனக்கு இருக்கின்றன...' என்று சிரித்துக்கொண்டே சொன்னான் அமிர்தம்.

'ஹாஸ்யம் இருக்கட்டும்... நான் சொல்வதை நீ ஒப்புக் கொள்கிறாயா, இல்லையா?'

'நீ சொல்வது புரிந்தால்தானே ஒப்புக்கொள்ள? இயற்கைக்கும் மனிதனுக்குமிடையே நிகழும் போராட்டம் என்றாயே இதற்கு என்ன அர்த்தம்?'

'இயற்கைக்கும் மனிதனுக்குமிடையே நிகழும் போராட்டத்துக்கு வாழ்க்கை என்று பெயர். மனிதன் வாழ்ந்து கொண்டிருப்பதே அவன் வெற்றி. மரணமே அவன் தோல்வி. ஆகவே போராட்டம் என்பது பௌதிக ரீதியில்தான் இருக்கும். மனம் கற்பித்துக் கொள்ளும் பயங்கரமான சிக்கல்களுக்கு, அவன்தான் பொறுப்பே ஒழிய இயற்கையல்ல.'

'இந்தச் சிக்கல்கள் இருக்கின்றன என்று ஒப்புக்கொள்வதே அவற்றின் உண்மையை நிரூபிக்கின்றன. இதில் கற்பனை என்பது எங்கே வந்தது?' என்றான் அமிர்தம்.

'நீ பௌதிக மனிதன்... ஏன் பௌதிக விதிப்படி வாழக் கூடாது? உனக்குள்ள பிரச்னைகள், அதோ, பந்தைத் துரத்திக் கொண்டு ஓடுகிறதே அந்த நாய்க்கு இருக்கின்றனதா? அதன் பிரச்னை களெல்லாம் எப்படி நிகழ்காலத்துச் சவாலை சமாளிப்பது என்பதுதான்...'

அமிர்தம், பானர்ஜி சுட்டிக்காட்டிய திசையில் பார்வையைச் செலுத்தினான். ஓர் அழகான வெள்ளைப் பட்டு மயிர் மூடிய குள்ளநாய். அது பந்தை துரத்திக்கொண்டுபோவது வேடிக்கையாக இருந்தது. இரண்டு மூன்று குழந்தைகள் கை கொட்டிச் சிரித்தன.

'அதோ அந்தக் காட்சி உன் மனத்தில் எந்தவிதமான உணர்ச்சியும் உண்டாக்கவில்லையென்றால், உன்னுடன் வழக்காடுவதில் பயனில்லை. நீ வெறும் இயந்திரம். மனிதனைப் புரிந்து கொள்ளும் சக்தி உனக்குக் கிடையாது' என்றான் அமிர்தம்.

'இந்த மாதிரியான அசட்டு மனோபாவங்கள்தான் வாழ்க்கையை இன்னும் சிக்கலாக்குகின்றன. சில சமயங்களில் காட்சி இன்பம் தூண்டும் ரஸனை உணர்வுக்காக, பகுத்தறிவை விலையாகத் தரும் விவேகமற்ற தன்மை எனக்குத் தேவையில்லை. எனக்கு எது வேண்டும் என்று நிச்சயமாகத் தெரியும். அதை அடைய முயன்று, அடைகிறேன்.'

சமையற்காரன் ஒரு டிரேயில் தேநீரும் கோப்பைகளும் கொண்டு வந்தான். பானர்ஜி,ஒரு ஸ்பூனால் ஜக்கிலிருந்த தேநீரைக் கலக்கி விட்டான். ஆவி பறந்து கொண்டிருந்தது.

இன்னொரு தட்டில், சமையற்காரன் கொண்டு வந்துவைத்த பிஸ்கட்டில் ஒன்றை எடுத்து வாயில் போட்டுக் கொண்டான் அமிர்தம்.

அப்பொழுது டெலிபோன் மணி ஒலித்தது. பானர்ஜி எழுந்து டெலிபோன் அருகே சென்றான்.

'பானர்ஜி ஹியர்...'

பானர்ஜி இதைச் சொல்லிவிட்டு உடனே அமிர்தத்தைப் பார்த்தான்.

'ஜீ ஹா(ங்) - உன்கா சாத் பாத் கர்னா ஹை?...'

அவன் போனை கீழே வைத்துவிட்டு அமிர்தத்திடம் சொன்னான், 'மிஸஸ் அமிர்தம்...'

அமிர்தத்துக்கு முகத்தில் ரத்தம் பாய்ந்தது. வேவு பார்க்கிறாள்.

அவன் மிகுந்த கோபத்துடன் எழுந்து சென்று போனை எடுத்தான்.

'என்ன?' என்று குரலில் எரிச்சல் வெளிப்படையாகத் தெரிந்தது.

'வந்து... வந்து... வர நேரமாகுமா?'

'துப்பு அறியறதா அர்த்தமா? நான் பானர்ஜி வீட்டிலேதான் இருக்கேன். திருப்திதானே?'

அணைந்துபோன 'பைப்' - பைப் பற்றவைத்துக் கொண்டிருந்த பானர்ஜி, தன் பெயரை அமிர்தம் சொல்வதைக் கேட்டுத் திரும்பிப் பார்த்தான்.

தனக்கு ஏன் இவ்வளவு கோபம் வருகிறது? அவள், தான் சொன்னபடி, பானர்ஜி வீட்டுக்கு வந்தோமா இல்லையா என்று உளவு அறிய முயல்கிறாளே என்பதனால் ஏற்பட்ட கோபமா? அல்லது வேறு வழியில்லாமல்தான் பானர்ஜி வீட்டுக்கு வரும்படியாக நேர்ந்துவிட்டதே என்ற ஆத்திரமா?

'கோபப்படாதீங்க... நீங்க என்னை ஏமாத்த மாட்டீங்கிற நம்பிக்கை எனக்கு இல்லாமலில்லை... வந்து... வந்து...' அவள் இன்னும் ஏதோ சொல்லிக் கொண்டிருந்தாள்.

போனை வைத்துவிட்டு வந்தான் அமிர்தம்.

'ஏதாவது தகராறா?' என்று கேட்டான் பானர்ஜி.

அமிர்தம் பதில் சொல்லாமல் சிறிது நேரம் வெளியே பார்த்துக் கொண்டிருந்தான்.

தேநீர் கோப்பையை எடுத்து அமிர்தத்தின் கையில் கொடுத்தான் பானர்ஜி.

'சூடாயிருக்கிறதா?'

'இருக்கிறது' என்று வாயால் சொல்லாமல் தலையை அசைத்தான் அமிர்தம்.

'உன் மனைவியிடம் பானர்ஜி என்று சொன்னாயே எதற்காக?'

'நான் உன் வீட்டுக்கு வருவதாகச் சொல்லிவிட்டு வந்தேன். உண்மையா என்று வேவு பார்க்கிறாள்...' என்று புன்சிரிப்புடன் சொன்னான் அமிர்தம்.

'அவள் சந்தேகப்படுவதற்குக் காரணம்...'

அமிர்தம் மௌனம் சாதித்தான். தேநீரை அருந்திவிட்டுக் கோப்பையைக் கீழே வைத்தான். பிறகு 'நீ எங்கு போனாலும் என்ன வேலையானாலும், யாரும் உனக்கு போன் செய்து எங்கிருக்கிறாய் என்ன செய்துகொண்டிருக்கிறாய் என்று உளவறிய முற்படமாட்டார்கள். நீ மிகவும் அதிர்ஷ்டக்காரன். உன் சுதந்தரத்தைக் காப்பாற்றிக் கொள்ளத் தெரிந்தவன்' என்றான்.

'உன் வாழ்க்கையைத் தேர்ந்தெடுத்துக் கொள்ளும் பொறுப்பு உன்னிடத்தில்தானே இருந்தது?'

'நான் பலஹீனமானவன் என்று அடிக்கடி சுட்டிக்காட்டாதே... உன்னையும் நான் வெறுக்க நேரிடலாம்...' என்றான் அமிர்தம்.

10

பானர்ஜி திகைப்புடன், 'உன்னையும்... என்றால் என்ன?' என்று கேட்டான்.

'என்னையே நான் வெறுக்கத் தொடங்கியாகி விட்டது...'

பானர்ஜி சிரித்தான். 'மிகவும் தேய்ந்துபோன வார்த்தைகள். உன் நிழலைக் கண்டே பயந்து, இது மனச்சாட்சி பிரச்னையாக நினைத்துக் கொள்கிறாய் நீ. உன்னை நீயே வெறுத்துக் கொள்வதுதான் உன் ஈகோவைத் திருப்திப் படுத்தும் என்றால் யார் அதற்கு ஆட்சேபணை சொல்ல முடியும்?'

'உன்னுடன் சில விஷயங்கள் பற்றிப் பேசலாம் என்றிருக்கிறேன். பேசலாமா?'

'நீ இங்கு வரும்போதே எனக்குத் தெரியும்... சரி ஆரம்பி...'

'சிகரெட் இருக்கிறதா?' என்று கேட்டான் அமிர்தம்.

'சிகார் இருக்கிறது...'

'சரி.... கொடு...'

அமிர்தம் சுருட்டைப் பற்ற வைத்துக் கொண்டான். புகையை இரண்டு, மூன்று

தடவை நெஞ்சுவரையில் இழுத்துவிட்டு, சிறிது கனைத்துக் கொண்டே பேச ஆரம்பித்தான்.

‘எனக்குத் திருமணம் ஆவதற்கு முன், நான் ஒரு பெண்ணுடன் சிநேகிதமாக இருந்தேன் என்பதை உனக்குச் சொல்லியிருக்கி றேன் என்று நினைக்கிறேன்...’

பானர்ஜி தலையை ஆட்டினான்.

‘சில நாள்களுக்கு முன் ஒரு தமிழ் நாடகத்துக்குச் சென்றிருந் தேன். அதில் நடித்த ஒரு பெண் என் பழைய சிநேகிதியைப் போலவே இருந்தாள். என் அடிமனத்தில் புதைந்துகிடந்த பல உணர்ச்சிகளை இது சிலித்தெழச் செய்தது. என் மனைவியுடன் வாழ்ந்து வரும், சமூக தர்மத்துக்கு உட்பட்ட ஆனால் போலித் தனமான வாழ்க்கையில் எரிச்சல் ஏற்பட்டது. தன்னைத் தவிர வேறு எந்தப் பெண்ணுடனும் தன் கணவனுக்குச் சிநேகிதம் இருந்திருக்க முடியாது என்று பிடிவாதமாக நம்பி வந்த என் மனைவியிடம், என்னுடைய பழைய சிநேகிதத்தைப் பற்றிச் சொல்லி அவளை அதிர்ச்சிக்குள்ளாக்கினேன். நாடகத்தில் நடித்த அந்தப் பெண்ணை மறுபடியும் சந்திக்க நேர்ந்தது. இதுவரையில் பொய்யுடன் சமரஸம் செய்துகொண்டு வாழ்ந்த நான், உண்மையைச் சொல்ல வேண்டும் என்பதற்காக அவளைச் சந்தித்ததைப் பற்றியும் என் மனைவியிடம் சொன்னேன். கீறல் விழுந்துவிட்டது; ஒட்டுப் போட்டுக்கொண்டு ஒன்றும் நடக்க வில்லை என்று ஒருவரையொருவர் ஏமாற்றிக் கொள்ள முயல்கிறோம்...’

அப்பொழுது சமையல்காரன் அங்கு வந்து நின்றான். அவன் வரக் கண்ட அமிர்தம், பேச்சை நிறுத்தினான்.

‘என்ன வேண்டும்?’ என்றுஅவனை பானர்ஜி கேட்டான்.

‘பாபுஜி இங்குதான் சாப்பிடுகிறாரா?’ என்று கேட்டான் சமையல் காரன்.

பானர்ஜி, அமிர்தத்தைப் பார்த்துக்கொண்டே சொன்னான், ‘ஆமாம்.’

அமிர்தம் அவன் அவ்வாறு சொன்னதை மறுக்கவில்லை.

‘நீ என்னுடன் சாப்பிடப்போவதாக உன் மனைவியிடம் சொல்லிவிட்டு வந்தாயா?’ என்றான் பானர்ஜி.

'ஆமாம்.'

பானர்ஜி புன்னகை செய்தான்.

'நீ சொல்லுகிறபடி நான் மிகவும் பலஹீனமானவன். யதார்த்தத்தை நேருக்கு நேர் சந்திக்கும் துணிவு எனக்கில்லை. நாடகத்தில் நடித்த அந்தப் பெண்ணுக்கும் என்னிடம் ஓரளவு ஈடுபாடு உண்டு என்று எனக்குப் பட்டது. அவள் என்னிடம் தன்னை வீட்டுக்கு வந்து அழைத்துச் செல்லும்படி இன்று காலை சொன்னாள். புத்தா பார்க் போவதாக இருந்தோம். அவள் வீட்டுக்குச் சென்று வாசலில் தயங்கி நின்றேன். அப்பொழுது அங்கு சந்தித்த வேறொருவருடன் அவர் வீட்டுக்குப் போய் ஒரு சராசரி மத்தியத்தர தமிழ்க் குடும்பத்துடன் சிறிது நேரம தங்கியிருந்தது ஆறுதலாக இருந்தது. அவர் வீட்டிலிருந்து திரும்பி வந்தபோது அந்தப் பெண்ணின் வீடு பூட்டியிருந்தது. என் மனைவியிடம் சொன்ன பொய்யைக் காப்பாற்ற உன்னைப் பார்க்க வந்தேன்...'

பானர்ஜி சொன்னான், 'இன்னும் எனக்கு உன் பிரச்னை என்னவென்று புரியவில்லை.'

'பார்க்கப்போனால், நான்தான் உன்னைக் கேட்க வேண்டு மென்று நினைத்தேன், என் பிரச்னை என்னவென்று.'

'உன் பிரச்னை நீதான்...' என்றான் பானர்ஜி, நிதானமாக.

'எனக்குப் புரிகிறது. ஒவ்வொருவருடைய குணச்சித்திரமும் அவருக்கு விதியாக அமைவதை யாராலும் மாற்ற முடியாது.'

'ஷேக்ஸ்பியரின் கதாபாத்திரங்கள் மாதிரி தனி மொழியில் இறங்க ஆரம்பித்து விடாதே. ஒரு பெண்ணைக் காதலித்தாய், கை விட்டாய். இன்னொரு பெண்ணை மணந்தாய். பன்னிரண்டு வருஷங்களுக்குப் பிறகு, போலி வாழ்க்கை அது இது என்று வேறொருத்தியைக் கண்ட அனுபவமாகிய போதி மரத்து நிழலில் உனக்கு ஞானோதயம் ஏற்பட்டிருக்கிறது. உன் பலஹீனத்தை ஒரு குறிப்பிட்ட சூழ்நிலையில் தீர்மானம் செய்யமுடியாத கையாலாகாத்தனத்துக்கு குணச்சித்திரம், விதி என்று ஏதேதோ சொல்லி மனச் சமாதானம் அடைகிறாய்... உன்னைப் பார்த்தால் பரிதாபமாக இருக்கிறது' என்றான் பானர்ஜி.

'என்னை வரச் சொல்லிவிட்டு அவள் ஏன் வீட்டைப் பூட்டிக் கொண்டு சென்றாள். எனக்குத் தெரியவில்லை. அவளும் அவள் தாயும்தான் வீட்டில் இருக்கிறார்கள். அவள் தாய், கணவனை விட்டு பல வருஷங்களுக்கு முன்பே பிரிந்து வந்தவள். பெண், தாயை வெறுக்கிறாள், அனுதாபமெல்லாம் தந்தையிடம்தான். தந்தையும் இப்பொழுது இல்லை. இறந்துவிட்டார். அவள் என்னிடத்து ஈடுபாடு கொள்வதற்குக் காரணம் என்னவென்று எனக்கு முதலில் புரியவில்லை. யோசித்துப் பார்க்கும்போது...' என்று சொன்ன அமிர்தத்தை இடைமறித்தான் பானர்ஜி : 'யு மீன் ஃபாதர் இமேஜ்...'

'நீ ரொம்பக் குரூரமான மனிதன். ஆமாம்' என்றான் அமிர்தம்.

பானர்ஜி புன்முறுவல் செய்தான்.

அமிர்தம், அணைந்துபோன பாதிச் சுருட்டைப் பற்ற வைப்பதற்காக நெருப்புப் பெட்டியை எடுத்தான். பிறகு ஏதோ நினைத்துக் கொண்டு அதைக் கீழே வைத்தான்.

'நான் என்ன செய்யலாம் என்று சொல்லுகிறாய்?' என்று அவன் பானர்ஜியைக் கேட்டான்.

'எதைப்பற்றி?'

'அந்தப் பெண்ணுக்கு உண்மையிலேயே என்னிடம் ஈடுபாடு இருக்கிறது என்று நிலைமை ஏற்பட்டுவிட்டால் என்ன செய்யலாம் என்று சொல்லுகிறாய்?'

'நீ என்ன செய்யவேண்டுமென்று விரும்புகிறாய்?'

'என்னுடைய இளமையை மீண்டும் வாழவேண்டுமென்று விரும்புகிறேன்... அதே சிந்தனையை, அதே கற்பனையை அதே செயல் துடிப்பை மீண்டும் நடைமுறையாக்கி வாழமுடியுமா என்பதுதான் என் பரிசோதனை... கடந்துபோன சரித்திரத்தை நிகழ்காலமாக்க இயலுமா என்பதுதான் என் ஆசை. ஒவ்வொரு மனிதனுக்குள்ளும் ஒரு யயாதி ஒளிந்து கொண்டிருக்கிறான்.'

பானர்ஜி எழுந்திருந்தான். 'சரி, சாப்பிடலாமா?'

'என்ன, பதில் சொல்லாமல் 'சாப்பிடலாமா' என்று கேட்கிறாய்?'

'நீ எதைச் செய்வதாக இருந்தாலும் நாணயமாகச் செய்... இதற்கு மேல் நான் ஒன்றும் சொல்வதற்கில்லை... எனக்கு இப்பொழுது பசிக்கிறது... இதுதான் பிரத்யட்ச உண்மை...'

பானர்ஜி எழுந்து உள்ளே போனான்.

அமிர்தம் வேண்டுமென்றே நேரம் கழித்து வீட்டுக்கு வந்தான். அவன் வந்தபோது கித்வாய் நகர் முழுதும் உறக்கத்தில் ஆழ்ந்திருந்தது. ஒரு வீட்டிலாவது விளக்கில்லை. எதிர்த்தாற் போல் மெடிக்கல் இன்ஸ்டிடியூட் கட்டடத்தில் பல அறைகளில் விளக்கு எரிந்து கொண்டிருந்தது. இந்தக் கணத்தில் அங்கு எவ்வளவுபேர் இறந்து கொண்டிருப்பார்களோ. பக்கத்தில் சப்தர்ஜங் ஆஸ்பத்திரியில் இதற்கு ஈடு செய்யும் வண்ணம் பிறப்பு நிகழலாம்... இயற்கைக்கு ஓய்ச்சல் ஒழிவில்லை.

அவன் வீட்டில் வராந்தாவில் விளக்கு எரிந்து கொண்டிருந்தது. அறைகளெல்லாம் இருட்டாக இருந்தன.

அன்று பௌர்ணமியாக இருக்க வேண்டும். நிலவொளி, விடிந்து விட்டதோ என்று நினைக்கும்படியாக மயக்கத்தை தந்தது.

துணிக்கு இஸ்திரி போடுபவன் மாடிப்படியருகே படுத்துக் கொண்டிருந்தான். அவனருகே அவனுடைய தள்ளுவண்டி.

'கோன் ஹை?'

'சோயா நை, சுனிலால்?' என்றான் அமிர்தம்.

'பாபுஜி நமஸ்தே...'

அவன் காலிங்பெல்லை அழுத்தியதும், உள்ளிருந்து திலகத்தின் குரல் கேட்டது. 'கோன் ஹை?'

'நான்தான்.'

திலகம், விளக்கைப் போடாமலேயே திறந்தாள். அமிர்தம் உள்ளே நுழைந்ததும் கதவை தாளிட்டான்.

அவன் தன்னறைக்குச் சென்று உடைகளை மாற்றிக்கொண்டு வந்தபோது, திலகம் படுத்துக் கொண்டு விட்டாள்.

'நீ என்ன நினைச்சிக்கிட்டிருக்கே? எதுக்கு ஃபோன் பண்ணினே?' என்று கேட்டான் அமிர்தம்.

‘சும்மாதான், வர நேரமாகுமான்னு கேட்க... நேரம் கழிச்சுத் தானே வந்திருக்கீங்க, மணி என்னாவுது?’

‘உனக்கென்ன அவ்வளவு சந்தேகமா என் பேரிலே? நான் பானர்ஜி வீட்டிலே இல்லேன்னா என்ன செய்திருப்பே?’

‘அதான் அங்கே இருந்தீங்களே, இல்லேன்னா என்ன செய் திருப்பேங்கறது அப்போ அந்த நிலைமை ஏற்படறப்போ பார்த்துப்போம்... இப்போ படுத்துத் தூங்குங்க. குறைச்சலாத் தானே சாப்பிட்டீங்க...’

‘நான் இனிமேல் வெளியே போறப்ப எல்லாம் எங்கே போறேன்னு சொல்லிட்டுப் போகவேண்டிய அவசியமில்லே, தெரிஞ்சுதா? நீயும் இனிமேல் எங்கே வேணுமானாலும் போகலாம். நான் கேட்கப் போவதில்லே.’

‘ஆனால், அந்தப் பெண்ணு ஏன் ஃபோன் பண்ணினா?’

அமிர்தத்துக்குச் சற்றுத் தூக்கி வாரிப் போட்டது. நல்ல வேளை விளக்கில்லை.

‘எந்தப் பொண்ணு?’

‘அதான் அந்தப் பொண்ணு பானு... நீங்க இருக்கீங்களான்னு கேட்டாள். இல்லேன்னேன். சும்மாத்தான் ஃபோன் பண் ணேன்னு சொன்னாள்... அவ எதுக்கு உங்களுக்கு ஃபோன் பண்ணனும்? இந்த நம்பர் எப்படித் தெரியும்?’

‘நம்பரா? நான்தான் சொன்னேன். எப்போ போன் பண்ணினா?’

‘எதுக்காகக் கேக்கறீங்க? அவள் ஃபோன் பண்ணப்போ வீட்டிலே இல்லையேன்னு வருத்தமா?’

‘நான்சென்ஸ்... அவள் அம்மாவுக்கு உடம்பு சரியில்லையோ என்னவோ. ஏதேனும் உதவி வேண்டி போன் செய்திருந்தால்...’

உதவிவேண்டி உங்களுக்குத்தான் போன் செய்யணுமா? அவள் மாதிரி இருக்கிற பொண்ணுங்களுக்கு உதவி செய்ய எவ்வளவோ பேர் போட்டிப் போட்டுக்கிட்டு வருவாங்க...’

‘அவள் மாதிரி பொண்ணுங்களுக்கு’ என்றால் என்ன அர்த்தம்?’

'நான் சொல்றதுதான் அர்த்தம்... பேசாம படுத்துத் தூங்குங்க... காலையிலே பேசிக்கலாம்...'

பானு எதற்காகப் ஃபோன் செய்திருப்பாள்? தான் சென்று பார்த்தபோது இல்லை என்பதற்காக மன்னிப்புக்கோரவா? ஒருவேளை அவளுடைய அம்மாவுக்கு உண்மையிலேயே உடம்பு சரியில்லாமல் போயிருக்குமோ? தான் முதலில் போனபோது அவள் வீடு பூட்டப்படவில்லை; பிறகு வீட்டைப் பூட்டிக் கொண்டு போய்விட்டாள். எங்கிருந்து ஃபோன் செய்திருப்பாள்? ஒரு குறிப்பிட்ட இடத்தில் சந்திக்கலாம் என்று சொல்வதற் காகவா? அப்படியானால் எத்தனை மணிக்கு ஃபோன் செய் திருக்கக்கூடும்? திலகத்தைக் கேட்கலாமா? நேற்று இரவு மாதிரி ஒரு பூகம்பம் ஏற்படலாம். அவன் பேசாமல் கட்டிலில் படுத்தான்.

அடுத்தநாள் அவன் ஆபீசுக்குப் போகும்போது, அகில இந்திய ரேடியோ அலுவலகத்துக்குச் சென்று பானுவைப் பார்க்கலாமா என்று தோன்றிற்று. அவள் எந்தப் பிரிவில் வேலை செய்கிறாள் என்று அவனுக்குத் தெரியாது. விசாரித்தால்தான் தெரியும். ஆபீசிலிருந்து ஃபோன் செய்வதென்பது முடியாத காரியம். நேரில் போய்ப் பார்த்தால்தான் நல்லது. யாரைப்போய்க் கேட்பது. ரிஷப்ஷனில்தான் விசாரிக்க வேண்டும். அவனுக்குத் தெரிந்தவர்கள் பலர் அங்கு வேலையாக இருக்கிறார்கள். அவர்களுடைய பார்வையில் தான் படக் கூடாது. 'நீ எதைச் செய்வதாக இருந்தாலும் நாணயமாகச் செய்' என்று பானர்ஜி கூறியது அவன் நினைவுக்கு வந்தது. இது நாணயம்தானா! அட கடவுளே! நான் எவ்வளவு பலஹீனமாக இருக்கிறேன்.

அவன், அகில இந்திய ரேடியோ அலுவலக தோட்டத்துக்குள் காரை நிறுத்திவிட்டு நுழைந்தான். அங்கே ஆச்சரியம் அவனை வரவேற்றது. பானு போய்க் கொண்டிருந்தாள்.

'பானு... - அவன் மெதுவாகக் கூப்பிட்டான்.

அவள் திரும்பினாள். அவள் முகம் வியப்பினால் மலர்ந்தது. 'என்ன ஆச்சரியம். நீங்களா?'

'நேத்து உனக்கு என்னாயிற்று?'

'என்னை மன்னிச்சுடுங்கோ. இதைப்பற்றி உங்ககிட்டே நான் நிறைய பேசணும்... எப்போ பார்க்கலாம்?'

'மறுபடியும் வந்து உன் வீடு பூட்டியிருக்கிறதைப் பார்க்கவா? நீ முன்பே எனக்கு முட்டாள் பட்டம் கட்டித் தீர்த்தாகிவிட்டது.'

அவள் அதை எதிர்பார்க்கவில்லை. பானு அவன் கைகளைப் பற்றிக் கொண்டாள். எவ்வளவு மிருதுவான ஸ்பரிசம்.

'உங்களுக்கு என்பேரில் நம்பிக்கையிருந்தால் இன்னிக்கு சாயந் திரம் கனாட் ப்ளேஸ் ஹோட்டல் எதிலியாவது சந்திக்கலாம். உங்களோடு நான் அவசியம் பேசணும்.'

அமிர்தம் தன் கைகளை விடுவித்துக் கொள்ளாமல் அப்படியே சிறிது நேரம் நின்றான்.

'என்ன பார்க்கலாமா?' என்றாள் பானு.

'ஆகட்டும். பாலஸ் ஹைட்ஸ் போவோம்... நான் கரெக்டா ஆறு மணிக்குச் சந்திக்கிறேன்.'

பானுவின் முகத்தில் புன்னகை தோன்றியது. 'நான் சாயந்தரம் சொல்லப்போகிற விஷயங்களினால் அதிர்ச்சியடையக் கூடாது.'

'என்ன விஷயங்கள்?'

'சாயந்தரம் பார்ப்போம். பை... பை...' - அவள் போய் விட்டாள்.

அதிர்ச்சியைத் தரப்போகிற விஷயங்கள் என்ன சொல்லப் போகிறாள்? 'இனிமேல் என்னைப் பார்க்க முயற்சி செய்யா தீர்கள்' என்றா? 'நீங்கள் என் தந்தை மாதிரி' என்று சொல்லி தனக்கே விளங்கும்படி அடையாளம் காட்டப்போகிறாளா? திலகம் ஒருவேளை அவளிடம் ஏதாவது சொல்லியிருக் கலாமோ? நேற்று ஒன்றும் பேசவில்லை என்றுதானே திலகம் சொன்னாள்? அவள் அம்மாவைப் பற்றிய விஷயம் ஏதாவது இருக்குமோ? அல்லது பானு தான் யாரேனும் ஓர் இளைஞனிடம் தன் மனத்தைப் பறிகொடுத்து நிற்கிறாளா? இருக்காது... பார்த்தால் பரிபக்குவம் அடைந்த மனமுடைய பெண்ணாகத் தான் அவள் தெரிகிறாள்.

11

அன்று அவனுக்கு ஆபீசில் வேலையே ஓடவில்லை. ஜாயின்ட் செகரட்டரி, அவனை ஒரு விவாதத்துக்காகக் கூப்பிட்டிருந்தார். அவன் பேசுவதிலிருந்தே அவன் மனம் வேலையில் இல்லை என்று அவர் புரிந்து கொண்டார்.

'உங்களுக்கு உடம்பு சரியில்லையா?' என்று அவர் கேட்டார்.

'இல்லையே... சரியாகத்தானே இருக்கிறது' என்றான் அமிர்தம்.

'வேண்டுமென்றால் நாளை இதைப்பற்றி பேசுவோம். இந்த வாரக் கடைசியில்தான் முடிவு எடுக்க வேண்டும்...' என்றார்.

அமிர்தம் பதில் சொல்லவில்லை. பேசாமல் இருந்தான். அவர் எதற்காக விவாதத்துக்குக் கூப்பிட்டாரோ அந்த ஃபைலைப் பற்றி அவனுக்கு ஒன்றும் தெரியாது. மூன்று நாள்களாக அது அவன் மேஜையில் தூங்குகிறது. நாளை அவருடன் இதைப்பற்றிப் பேச வேண்டுமென்றால் இன்றைக்காவது அதைப் படித்தாக வேண்டும். பானுவுக்கும் ஃபைலுக்கும் மனத்தில் ஒரே சமயத்தில் இடமிருக்க இயலாது... அவன் தன்

இருப்பிடத்துக்குச் சென்று அந்த ஃபைலைப் பிரித்துப் படிக்கத் தொடங்கினான்.

சாயந்தரம் ஐந்தே முக்கால்வரை அவனுக்குச் சரியான வேலை. அன்டர் செகரட்டரி, செக்ஷன் அதிகாரிகளுடன் அந்த ஃபைலைப் பற்றிய கேள்விகள், விவாதங்கள். அவன் ஆபீஸை விட்டு வெளியே வரும்போது மணி ஆறு.

'பாலஸ் ஹைட்ஸ்' வாசலில் பானு நின்று கொண்டிருந்தாள். காலையில் பார்த்தபடியே அவள் முகம் அதே பொலிவுடன் களைப்புத் தோன்றாமல் விளங்கியது.

'நான் திரும்பிப் போறதாயிருந்தேன். எனக்கு காத்திருக்கிற துன்னா ஒரு வெறுப்பு' என்றாள் பானு.

'நீயாவது பதினைந்து நிமிஷங்கள் காத்திண்டிருந்திருப்பே. ஆனால், நான் உனக்காக இருபத்திநாலு மணி நேரமா காத்துக்கிட்டிருக்கேன்' என்றான் அமிர்தம்.

'அப்படியானால் மறுபடியும் நான்தான் மன்னிப்புக் கேட்க வேண்டியவள் ஆகிறேன்' என்று தலையை ஒருபுறமாக சற்றுச் சாய்த்துப் புன்னகை செய்தாள் பானு. அந்த இளநகையின் வசீகரம் அவனைப் பன்னிரண்டு வருஷங்களுக்கு முன் தள்ளியது. இதே பாலஸ் ஹைட்ஸ் ஹோட்டலுக்குத்தான் அவன் நித்யாவோடு முதன்முதலில் வந்தான். நித்யா, சல்வார் கம்மீஸ் அணிந்து வந்தாள். புடவையில் ஸ்தம்பிக்கச் செய்யும் அதே அழகு. அவன் அவளை கண்கொட்டாமல் சிறிது நேரம் பார்த்துக் கொண்டிருந்தான்.

'என்ன பார்க்கிறீங்க?' என்று கேட்டாள் நித்யா?

'இவ்வளவுக்கு நான் தகுதி உடையவனான்னு தெரியலே' என்றான் அமிர்தம்.

'சரித்திரகாலத்து கதாநாயகன் மாதிரி பேசறீங்களே. இந்த காலத்திலே இருக்க நீங்க தகுதி இல்லே.'

'அப்படீன்னா?'

'உணர்ச்சிகளை, வார்த்தையிலே விரயமாக்கிறது இந்த காலத் திலே வழக்கமில்லை. அது இருக்கட்டும். நாம மேலே போகலாம்.'

நித்யா 'லிஃப்டில் ஏறுவதற்காகப் போய் நின்றாள். அமிர்தம் சொன்னான் லிஃப்டிலா? வேண்டாம்...'

'ஏன்...?'

'சொர்க்கத்துக்கு முண்டியடிச்சுக்கிட்டு அவசரம் அவசரமா லிஃப்டில் போகக் கூடாது. கொஞ்சம் கொஞ்சமா படி ஏறிப் போனால்தான் சுவாரஸ்யமா இருக்கும்...'

'சொர்க்கத்திலேயே இருக்கப் போறதில்லையே, இறங்கித் தானே வரணும்?'

'சொர்க்கங்கறது வேறேயா, நீ அருகில் இருக்கிறப்போ?'

அவள் தன் கையிலிருந்த ரோஸ் நிறக் கைக்குட்டையினால் அவன் முகத்தில் லேசாகத் தட்டினாள். உயர் ரக செண்டின் மணம். பானு லிஃப்டில் ஏறுவதற்காகப் போய் நின்றாள்.

'லிஃப்டில் வேண்டாம், படி ஏறிப் போவோம்...' என்றான் அமிர்தம்.

'ஏன்?'

பன்னிரண்டு வருஷங்களுக்கு முன்பு அவன் சொன்ன அவ் வார்த்தைகளை அவனால் இப்பொழுது சொல்ல முடிய வில்லை. தயக்கம் ஏற்பட்டது. நித்யா கூறியதுபோல் தான் சொர்க்கத்தினின்றும் கீழே இறங்கி வந்தாகிவிட்டதா? மறு படியும் ஏறுவதென்பது இயலாத காரியமா?

'படி ஏறிப் போனால் உடற்பயிற்சி. அப்படித்தானே?'

'ஒருவேளை நீ சொல்றது சரியாக இருக்கலாம்.'

திலகம் அவனிடம் அடிக்கடி கூறுவதுண்டு. 'உங்களுக்கு முப்பத்தைஞ்சு வயசுக்கு மேலே ஆயிடுச்சு. காலையிலே எழுந்திருந்து கொஞ்ச தூரம் நடங்க. உடற்பயிற்சி செய்தா நல்லதுங்கறாங்க...'

'கவலைப்படாதே. நான் எண்பது வயசுமட்டும் இருப்பேன்...'

'ஏதானும் சொன்னா குதர்க்கமா இப்படிப் பேசுங்க. நல்லது சொன்னா ஏன் கேட்க மாட்டேங்கிறீங்க?'

மூன்று மாடி ஏறிச்செல்வதென்பது சாதாரண விஷயமல்ல. அவனுக்கு மூச்சு வாங்கியது.

'லிஃப்ட்டிலேயே வந்திருக்கலாம். உங்களுக்கு இப்படி இரைக்கிறதே?'

நித்யாவுடன் அவன் எவ்வளவு தடவை இந்த ஹோட்டலுக்கு படி ஏறி வந்திருக்கிறான். அது பன்னிரண்டு வருஷங்களுக்கு முன்னால்... சந்திர மண்டலத்துக்கும் சுக்கிர மண்டலத்துக்கும் விஞ்ஞானிகள் வழி வகுக்கின்றார்களே, அவர்களால் காலத்தை ஏன் நிறுத்திவைக்க முடியவில்லை.

அவர்கள் உள்ளே நுழைந்தபோது ஹால் நிறைந்திருக்கவில்லை. சுமாரான கூட்டம். பன்னிரண்டு வருஷங்களுக்கு பிறகு அவன் இங்கு வருகிறான். பல மாற்றங்கள் ஏற்பட்டிருந்தன. கவுன்ட்டரில் முன்பு நரைத்த தலையோடு ஒருவன் உட்கார்ந்திருப்பது வழக்கம். இப்பொழுது ஓர் இளைஞன்.

அமிர்தம், இளைஞனைக் கேட்டான், 'எனி டேபிள் ஃப்ரீ?'

'ஓ! எஸ். அவன் கோடியிலிருந்த ஒரு மேஜையைச் சுட்டிக் காட்டினான்.

'பன்னிரண்டு வருஷங்களுக்கு முன் இங்கு நான் வருவது வழக்கம், அப்பொழுது வயதான ஒருவர் இருந்தார்...'

'நீங்க மாத்தூரைச் சொல்றீங்களா?'

'பேர் தெரியாது...'

'அவர் போய்விட்டார்... இரண்டு வருஷமாகிறது...'

அமிர்தத்துக்கு என்னவோ போலிருந்தது. பன்னிரண்டு வருஷங்கள் என்றால் இவ்வளவா அர்த்தம்?

சிரித்துக்கொண்டே, அவ்விளைஞன் சுட்டிக் காட்டிய இடத்தில் போய் உட்கார்ந்தான். ஃப்ளோர் மியூசிக். ஏதோ பாப் சங்கீதம்.

அங்கு உட்கார்ந்திருந்தவர்களில் அநேகமாக எல்லோரும் இளைஞர்கள், யுவதிகள், அவன் வயது என்று மதிப்பிடத்தக்க ஒருவர் மட்டும் தம் மனைவி, குழந்தைகளுடன் வந்திருந்தார். நாலைந்து குழந்தைகள். இரட்டை நாடி சரீரமுள்ள அவர்

மனைவி, தடித்த குரலில் அங்குமிங்கும் சுற்றிக் கொண்டிருந்த குழந்தைகளை அதட்டிக் கொண்டிருந்தாள். அவளுடைய கணவர் எதிலும் ஈடுபட்டதாகத் தெரியவில்லை. அவர் வாயில் நீண்ட சுருட்டு. முகத்தில் 'திருப்தி' எழுதி ஒட்டியிருந்தது.

பானுவின் உடம்பு, இசைக்கு தகுந்தவாறு லேசாக ஆடிக் கொண்டிருந்தது. முதலில் அவன் பக்கத்தில் உட்கார்ந்திருந் தவள், எழுந்து அவன் எதிரேபோய் அமர்ந்து கொண்டாள்.

'இந்த சங்கீதம் எனக்கு ரொம்பப் பிடிச்சிருக்கு' என்றாள் பானு.

'உனக்குப் பிடிச்சிருந்தால் எனக்கு ரொம்ப சந்தோஷம்' என்றான் அமிர்தம்.

அவர்கள் உட்கார்ந்திருந்த இடத்துக்குச் சற்று தள்ளி ஓர் இளஞ்ஜோடி அமர்ந்திருந்தது. அவனுக்கு இருபத்திரண்டு வயதிருக்கலாம். சீவப்படாமல் கழுத்தில் சிலிர்த்து நின்ற பழுப்பு நிற மயிர், கிருதா, முதுகுப்புறம் பித்தான் வைத்த வானவில் சட்டை, முகம் - பால் வெள்ளையாக இருந்தது. அவன் பக்கத்தில் உட்கார்ந்திருந்த அந்தப் பெண்ணுக்கு இருபது வயதிருக்கலாம். அவனைப் பின்னால் வாலை ஆட்டிக்கொண்டு வரச் செய்யக் கூடிய புன்னகை. அவன் கையைத் தன் கையில் தாங்கியவாறு சோபாவில் பின்புறமாகச் சாய்ந்திருந்தாள். அவன், அவளிடம் குனிந்து காதருகே ஏதோ சொல்லிக் கொண்டிருந்தான். அவள் கண்களை மூடிக் கொண்டிருந்தாள். முகத்தில் புன்னகை. அவன் சொல்வது எதையும் அவள் கவனித்ததாகத் தெரியவில்லை.

அப்பொழுது, குடும்பத்தோடு வந்திருந்தவர் எழுந்து போனார். அமிர்தத்துக்கு தான் தனியாக விடப்பட்டதுபோல் இருந்தது.

சங்கீதத்துக்கு வெறி பிடித்துவிட்டாற்போல் வாத்தியக் கருவிகள் இசைக்கத் தொடங்கின.

'அட கடவுளே, இது என்ன சத்தம்' என்றான் அமிர்தம்.

'அபாரம்! பிரமாதம்!' என்றாள் பானு.

அவனுக்குப் பன்னிரண்டு வருஷங்களுக்கு முன்னால் இதே இசை சத்தமாகப் படவில்லை. இதோ ஹாலில் இளமை உற்சாகத்துடன் துள்ளி விளையாடிக் கொண்டிருக்கிறது. வேறு யார் வீட்டிலேயோ நுழைந்து விட்டோமோ என்ற உணர்வு

அவனை அக்கணத்தில் தாக்கிற்று. மாடிப் படிகளில் தடுக்கி விழும்போது பலர் சுற்றி நின்று வேடிக்கைப் பார்ப்பதுபோல் மயக்கம். சே... தன் இளமையை இந்த ஹோட்டலில்தான் எங்கோ பன்னிரண்டு வருஷங்களுக்கு முன்னால் தொலைத்து விட்டோம்... இப்போது வந்து தேடினால் அது கிடைக்குமா?

பானுவை அங்கேயே விட்டு, தான் அந்த விநாடியிலேயே அகல வேண்டுமென்ற எண்ணம் அவனுக்கு உண்டாயிற்று. அதோ கண்களில் கனவுகளையும் தோளில் உலகத்தையும் சுமந்து செல்லும் அவ்விளைஞன் போன்ற ஒருவன் பக்கத்தில் அவள் உட்காருவதுதான் நியாயமானது. தன் பக்கத்தில் வந்து ஏன் உட்கார்ந்திருக்கிறாள்.

அப்பொழுது கையில் ஒரு சிறிய குறிப்புப் புத்தகத்துடன் கறுப்பு சூட் அணிந்த ஓர் இளைஞன் வந்து நின்றான். அவன் அருகில் 'பாட்ஜ்' அணிந்த சிப்பந்தி. அவன் மேஜையில் இருந்த பூக் கிண்ணத்தை - சற்று ஓரமாக இருந்ததை - நடுமத்தியில் வைத்தான்.

'எஸ் ஸார்?'

'என்ன சாப்பிடறே?' என்று கேட்டான் அமிர்தம்.

'ஹாட்டாக், காப்பி' என்றாள் பானு. அமிர்தம் தனக்கும் அதையே கொண்டுவரச் சொல்லிவிட்டுப் பானுவிடம் கூறினான். 'உனக்கு எது வேண்டும்னு நிச்சயமா எனக்குத் தெரியாது.'

பானு புன்னகை செய்தாள். 'உங்களுக்கு இது தெரியலேங்கறது தான் உங்க குழப்பமா?'

அமிர்தம் அவளை கூர்ந்து கவனித்தான். நித்யாவும் இந்த சந்தர்ப்பத்தில் இதைத்தான் கூறியிருப்பாள்.

'ஏன் இப்படிப் பார்க்கிறீங்க?'

'நீ என்கிட்டே நிறைய பேசணும்னியே, என்ன விஷயம்?'

பானுவின் விரல்கள் மெனு கார்டை லேசாகத் தட்டின.

'நீங்க இந்த ஹோட்டலுக்கு அடிக்கடி வரதுண்டா?' என்று கேட்டாள் அவள், சிறிது நேரம் கழித்து.

'நீ நிறைய பேசவேண்டிய விஷயம் இதுதானா?'

பானு சிரித்தாள். 'எனக்குத் தோணித்து, கேட்டேன்...' சிறிது நேரம் மௌனம் நிலவியது.

'இன்ஃபாக்ட் பன்னிரண்டு வருஷங்கள் கழித்து இங்கே வரேன்...' என்றான் அமிர்தம்.

'ஐ ஸீ... பன்னிரண்டு வருஷங்கிறது...' அவள் சிறிது தயங்கினாள். அவளே முடிக்கட்டும் என்று அவன் காத்திருந்தான்.

'பன்னிரண்டு வருஷங்கிறது?' - அவள் பேசாமல் இருக்கக் கண்டு அவன் கேட்டான்.

'அதிலே ஏதாவது உள்ளர்த்தம் தொக்கி நிற்கிறதா?'

மேஜையின் மீது கையை ஊன்றிக்கொண்டு உட்கார்ந்திருந்தவன் சோபாவின் பின்புறமாகச் சாய்ந்தான்.

'அதிருக்கட்டும். நீ என்ன சொல்லணும்னு என்னை இங்கு வரச் சொன்னே?'

'நேத்து உங்களை வரச் சொல்லிவிட்டு நான் வீட்டைப் பூட்டிண்டு போயிட்டேன்னு உங்களுக்குக் கோபம்தானே?'

'கோபம் இல்லேன்னு சொன்னா உனக்கு ஏமாற்றமா இருக்குமா?'

அவள் முகத்தில் குறுநகையின் கீறல். 'நீங்க என்ன சொல்றீங்கன்னு எனக்குப் புரியறது. ஆனா, சலன புத்தியுள்ளவள்னு நினைக்காதீங்க.'

அப்பொழுது சிப்பந்தி, ஹாட்டாக்கையும் தண்ணீர் தம்ளரையும் மேஜையின் மீது கொண்டு வந்து வைத்தான்.

பானு, தண்ணீரை எடுத்துக் கொஞ்சம் குடித்தாள். ஒரு தட்டில் தக்காளி 'ஜூஸை' ஊற்றி, 'ஹாட்டாக்' கைக் காகிதத்தில் சுற்றி எடுத்துக் கொண்டாள். அவள் அதை நிதானமாகச் சாப்பிடத் தொடங்கினாள்.

'உன்னைச் சலன புத்தியுள்ளவள்னு யார் சொன்னாங்க? நீயா அப்படி நினைச்சுக்கிட்டியா?'

'இல்லே… என் வயசிலே யாரும் சலன புத்தியுடன் இருக்கிறது தான் நியாயம். அதனாலே அப்படி ஏதாவது தப்புக் கணக்கு போடாதீங்கன்னு எச்சரிக்கை செய்தேன்.'

'எச்சரிக்கையா?'

'ஆமாம்… எச்சரிக்கைதான். எனக்கு என்ன வேணும்னு நான் சுலபமா முடிவு செய்யறதில்லே. முடிவு செஞ்சப்புறம் எனக்கு அதைப்பத்தி ஏதாவது தயக்கமோ அல்லது குழப்பமோ கிடையாது…'

'நிறைய பேசறது முடிஞ்சாச்சா, இல்லாட்டி இன்னும் இருக்குதா?'

பானு சிரித்தாள்.

'இன்னும் ஆரம்பிக்கவே இல்லே நான்…'

'நோ… நோ…' என்ற சத்தம் கேட்டு அமிர்தம் திரும்பிப் பார்த்தான். பக்கத்திலிருந்த இளஞ் ஜோடிக்கிடையே ஏதோ வாக்கு வாதம். அந்தப் பெண்ணின் குரல் சற்று ஓங்கி ஒலித்தது.

'காதலர்கள் சண்டை' என்றாள் பானு, கீழ்க்குரலில்.

அப்பொழுது அந்தப் பெண் எழுந்திருந்து வெளியே போகப் புறப்பட்டாள். அந்தப் பையன் அவள் கையைப் பற்றி கீழே உட்கார வைத்தான்… அவள் திமிறிக்கொண்டு எழுந்து வாசலை நோக்கிச் சென்றாள். மேஜையிலிருந்த தட்டில் ஒரு பத்து ரூபாய் நோட்டை வைத்துவிட்டு பில்லைக்கூடக் கவனிக்காமல் அந்தப் பையன் அவளைப் பின் தொடர்ந்தான்.

'அந்தப் பையன் அவளோட பெட்போல இருக்குது… வாலை ஆட்டிக்கிட்டு போறான்…' என்றான் அமிர்தம்.

'இந்தப் பையனென்ன இந்தக் காலத்துப் பையன்களே பெட் தான். பந்தை விட்டெறிஞ்சா கவ்விண்டு வர சாகஸத்தைத் தவிர வேறொண்ணும் தெரியாது… அமெரிக்காவிலே கிருதாவோட சடை மயிர் தொங்கத் தொங்க இருந்தான்னா, அதைப் பார்த்துட்டு தாங்களும் குரங்குத்தனமா காப்பி அடிக்கிற இவங்களைப் பார்த்தா வேடிக்கையாகத்தான் இருக்கு…'

‘இளைஞர்களைக் கண்டால் இவளுக்கு ஏன் இவ்வளவு கோபம்?’ உணர்ச்சிவசப்பட்டு பேசுகிறாள் என்பது அவள் குரலினின்றும் தெரிந்தது. நித்யா நிச்சயம் இப்படிப் பேசியிருக்க மாட்டாள். வயதுக்கு மீறிய ஒரு முதிர்ந்த அறிவுதான் இவளை இப்படி சிந்திக்கத் தூண்டியிருக்க வேண்டும் அல்லது இதற்கு வேறு ஏதாவது காரணம் இருக்குமா? இளைஞர்களைக் கண்டால் வெறுப்பு கொள்ளும்படியான அனுபவம்...? நிறைய பேசவேண்டுமென்றாளே அதுவும் இதைப் பற்றித்தான் இருக்குமோ?

அவள், ஹாட்டாக்கை சாப்பிட்டுவிட்டு காகிதத்தினால் கையைத் துடைத்துக் கொண்டாள்.

அப்பொழுது சிப்பந்தி, காப்பியைக் கொண்டு வந்து வைத்தான். அவள், சதுரமான சர்க்கரை வில்லையைச் சிறிய எவர்சில்வர் கிடுக்கியினால் எடுத்து அமிர்தத்தைப் பார்த்துக் கேட்டாள், ‘எவ்வளவு?’

‘இரண்டு...’

அவனுக்கு இரண்டு வில்லைகளை எடுத்துப் போட்டுவிட்டு தனக்கு ஒரு வில்லையைப் போட்டுக் கொண்டாள்.

‘பெருக்கக் கூடாதுன்னு அதிகமாகச் சர்க்கரை சேர்த்துக் கிறதில்லையா?’ என்று கேட்டான் அமிர்தம்.

‘இல்லை. எனக்கு இனிப்பே பிடிக்காது...’

‘புரியறது. இளமை ஒரு இனிப்பான விஷயம். அதுவே உனக்கும் பிடிக்கலே...’

‘ஒவ்வொரு பருவத்திலிருந்தும் இன்னொரு பருவத்துக்குப் போறதுங்கிறது, ஐ மீன் குழந்தையிலிருந்து பையனா மாறுகிறது, பையனிலிருந்து இளைஞனாக மாறுகிறது, இளைஞனிலிருந்து நடுத்தர வயசு... இவையெல்லாம் கிரேஸ்ஃபுல்லா நடக்க வேண்டியவை. இப்பொ போனானே வாலைக் குழைச்சுண்டு, இவங்களைப் பார்த்தா இளமை இனிப்பாவா இருக்கு?’

‘நீ இந்த மாதிரி பேசறதுக்கு ஒரு வலுவான காரணம் இருக்கும்னு எனக்குப் படறது...’ என்றான் அமிர்தம்.

'நான் இதுவரையிலும் சொல்லிண்டிருக்கேனே, இந்தக் காரணம் போதாதா?'

'போதாது?'

அவள் காப்பியை உறிஞ்சிவிட்டு கீழே வைத்தாள். 'இதுக்கு மேலே என்ன வேணும்?'

'சொன்னால் கேட்கத் தயாரா இருக்கேன்...'

'நேத்திக்கு சாயந்திரம் நீங்க வந்தபோது நான் ஏன் வீட்டிலே இல்லைங்கிறதைப் பத்தியே இன்னமும் சொல்லலே, அதுக்குள்ளே வேறே ஏதேதோ பேசிண்டிருக்கோம்...' என்று சொல்லியவாறு, கைப்பையைத் திறந்து கைக்குட்டையை எடுத்து வாயைத் துடைத்துக்கொண்டாள் பானு.

'சொன்னால் கேட்கத் தயாரா இருக்கேன்...'

'ஒரு டேப்-ரிகார்டரை வாங்கி வச்சுக்கோங்கோ, சௌகரியமா இருக்கும்...' என்று சொல்லிவிட்டுச் சிரித்தாள் பானு.

'நான் வேறென்ன சொல்ல முடியும்? நிறைய விஷயம் பேசணும்னு சொன்னவள் நீ. நான் கேட்கத்தான் வந்தேன். அறைக்குள்ளே போறோமா வெளியிலே வர்றோமான்னு புரியாமெ இருக்கிறாப்பலே இத்தனை நாழியா பேசிக்கிட்டே இருக்கோம்...'

'நல்ல உவமைதான்... அப்படித்தான் பேசிண்டிருக்கோம். இதுக்குக் காரணம் என்ன?'

'சொல்லட்டுமா?'

'சொல்லுங்கோ. ஏன் பயமுறுத்தறாப்பலே பேசறீங்க?'

'யூகங்கள்தான் சரியாக இருக்கலாம் அல்லது தப்பாகவும் இருக்கலாம். ஒண்ணு என்னைப் பார்க்கிறதா வேண்டாமான்னு நேத்துச் சாயந்திரம் வரையிலும் நீ முடிவு பண்ணலே, அதனாலே வேறே எங்கேயாவது புறப்பட்டுப் போயிருக்கலாம்; இரண்டு, உங்கம்மாவுக்கு என்னை நீ பார்க்கிறது பிடிக்காம இருக்கலாம், அதனாலே நான் உங்கள் வீட்டுக்கு வந்தால் ஏற்படக் கூடிய தர்மசங்கடமான நிலைமையிலேருந்து தப்பிச்சுக்க நீ வீட்டை விட்டுப்போய், இன்னொரு இடத்திலேர்ந்து ஃபோன்

செய்திருக்கே; மூணு, என்கிட்டே என்ன காரணம் சொல்ல லாம்னு நீ யோசிச்சிக்கிட்டு இருக்கிறதினாலே இன்னும் சரியான தீர்மானத்துக்கு வராமே இப்படி பேசிக்கிட்டிருக்கே...'

பானு, தலையை லேசாக பின்புறமாகச் சாய்த்துச் சிரித்தாள். 'நீங்க சொன்னது எல்லாமே தப்பு...'

'தப்பா இருக்காதுன்னு நான் சொல்லலே...'

அவள் அப்பொழுது அந்தப் பக்கமாகப்போன சிப்பந்தியைக் கூப்பிட்டுச் சொன்னாள், 'ஔர் தோ கப் காப்பி லாவ்...'

அமிர்தம் அவளை ஆச்சரியத்துடன் பார்த்தான்.

'பேச்சே இனிமேல்தான் ஆரம்பிக்கிறது...' என்றாள் பானு.

பானு சொல்லப்போவதை கேட்கத் தயாரானான் அமிர்தம். சோபாவில் பின்புறமாகச் சாய்ந்து கைகளைக் கட்டிக் கொண்டான்.

பானு தொண்டையை லேசாகக் கனைத்துக் கொண்டாள். பிறகு பேச ஆரம்பித்தாள். 'நான் நேத்திக்கு எங்கேயும் போகலே. நீங்க வந்ததைப் பார்த்தேன். வாசல்லே கொஞ்ச நேரம் நின்னுண்டிருந் தீங்க. அம்மாவுக்கும் எனக்கும் வாக்குவாதம். நான் உங்களோடு பழகக் கூடாது, பேசக் கூடாது, வெளியிலே போகக் கூடாது என்று ஒரே சண்டை. என்னை உள்ளே வைச்சு வீட்டைப் பூட்டிட்டுப் போயிட்டாள். அம்மா திரும்பி வந்தப்புறம், இன்னொரு வீட்டுக்குப் போய் உங்களுக்குப் ஃபோன் பண்ணினேன்.'

அமிர்தம் சிறிது நேரம் பேசாமலிருந்தான். பிறகு கேட்டான்: 'நீ சொல்றது ஆச்சரியமா இருக்கு. உங்கம்மாவுக்கு என் பேரிலே ஏன் அவ்வளவு கோபம்?'

'கல்யாணமாகாத ஒரு பெண், கல்யாணம் ஆன ஒருத்தரோட வெளியிலே போறது எந்த அம்மாவுக்குச் சம்மதமா இருக்கும்.'

இதற்கு அமிர்தத்தால் ஒன்றும் பதில் சொல்ல முடியவில்லை.

12

'பானு இதை எதற்காகக் கூறவேண்டும்?' அமிர்தம் யோசனையில் ஆழ்ந்தான். உலக இயல்பாக இதைக் கூறிவிட்டு, இருவருக்கும் உள்ள நட்பைத் தன் அம்மா தவறாகப் புரிந்து கொண்டிருக்கிறாள் என்பதைப் பானு கூறாமல் கூறுகிறாளா? - இதைச் சொல்வதன் மூலம் தனக்கு ஓர் எச்சரிக்கை தருகின்றாளா அல்லது பிரச்னையைச் சொல்லிவிட்டு, அதாவது திருமணம் ஆகிவிட்டது என்று சொல்லிக் காட்டுவதனால் 'இதற்கு என்ன செய்யப் போகிறீர்கள்?' என்கிறாளா?

'நீ உன் அம்மா சொன்னதைப் புரிந்து கொண்டால், வாக்குவாதம் எதுக்காக?' என்றான் அமிர்தம்.

'நான் உங்களுக்கு முன்னாலேயே சொன்ன மாதிரி, நான் எதைப் பத்தியும் சுலபமா முடிவு செய்யறதில்லே. முடிவு செஞ்சப்புறம் அதைப்பத்தி எந்தவிதமான குழப்பமோ தயக்கமோ கிடையாது. உங்களைப் பார்க்கிறதுன்னு தீர்மானம் செஞ்ச பிறகு என் அம்மா என்ன சொன்னாலும் அதை நான் கேட்கத் தயாரா இல்லே... என் அம்மாவும் என் மாதிரி ஒரு ஸ்ட்ராங் காரெக்டர்ங் கிறதினாலேதான் இந்தப் போராட்டம்.

கதவைப் பூட்டிண்டு போயிட்டா. அப்புறமும் நான் ஃபோன் பண்ணினேன்.'

'அப்படி என்னைப் பார்க்கணும்னு உனக்கென்ன வேகம்?' என்று கேட்டான் அமிர்தம்.

'இதுக்குப் பதில் தெரியாத அளவுக்கு நீங்கள் 'ஸிம்பிள்'னு நான் நினைக்கலே' என்றாள் பானு.

அவளுடைய பதில், அவன் மனத்தில் ஒருவிதமான உற்சாகத்தை யும் திகிலையும் ஒரு சமயத்தில் உண்டு பண்ணியது. சதுரங்கக் காயைப் போட்டாகிவிட்டது. அவன் விளையாடித்தானே ஆக வேண்டும்.

'நான் ஒண்ணு உன்னைக் கேட்கலாமா?' என்றான் அமிர்தம்.

'இதுக்குத்தான் விக்டோரியன் அப்ரோச்'ன்னு பேரு...' என்றாள் பானு.

'எப்படி வேணும்னாலும் இருக்கட்டும், என் வயசு என்னன்னு உனக்குத் தெரியுமா?'

'இந்த மாதிரி அசட்டுத்தனமான கேள்வியெல்லாம் கேட்க வேண்டாம். ஒருவேளை உங்களைப் பத்தி நான் கொண்டிருக்கிற அபிப்பிராயத்துக்கு இது ஏமாற்றமாக ஆனாலும் ஆகலாம்...'

'அசட்டுத்தனமான கேள்வியா? உனக்கு உணர்ச்சிவசப்படற வயசு... நான் அதையெல்லாம் தாண்டியாச்சுன்னு சொல்ல வர்றேன்...'

'உணர்ச்சிவசப்படாமத்தான் இன்னிக்கு காலம்பற என் ஆபீசுக்கு என்னைத் தேடிண்டு வந்தேளா? எனக்கு சிரிப்பாயிருக்கிறது மிஸ்டர் அமிர்தம்.'

சிப்பந்தி கொண்டு வந்த காப்பியை எடுத்து சிறிது உறிஞ்சினான் அமிர்தம். அவனுக்குப் பானுவைப் பார்க்க கொஞ்சம் பயமாக இருந்தது.

'உனக்கு ஏன் இளைஞர்களைக் கண்டால் பிடிக்கலேன்னு எனக்குப் புரியலே...'

'நீங்க சொன்ன மாதிரி அதுக்கு ஒரு வலுவான காரணம் இருக்கலாம்...' என்று சொல்லிவிட்டுச் சிரித்தாள்.

'மறுபடியும் நான் பல யூகங்கள் செய்ய வேண்டியிருக்கு...'

'வழக்கம்போல் எல்லாமே தப்பாகத்தான் இருக்கும். உங்கள் முதல் யூகம், யாரோ ஓர் இளைஞன் என்னை ஆசைகாட்டி ஏமாத்தியிருக்கலாம்னு இருக்கலாம்... அப்படியிருந்தா அது அபத்தம்...'

'சரி நான் ஒரு யூகமும் செய்யப்போறதில்லே... நீயே சொல்லு...'

'இப்போ போனானே ஒரு பையன் வாலை ஆட்டிண்டு. அவன் மாதிரி மீசை அப்பத்தான் முளைக்க ஆரம்பிச்ச ஒரு விடலைப் பயல் என் அம்மாவுக்குச் சிநேகிதமாயிருந்தான் மெட்ராஸிலே. அந்த முட்டாளோட அப்பாவும் அம்மாவும் என் வீட்டுக்கு வந்து போட்ட கூப்பாடு...! அவாளோட அபிப்ராயம், என் அம்மா எனக்காகத்தான் அவனை வலை போட்டு பிடிக்கிறான்னு... நான் அவங்களை மேலும் அதிர்ச்சிக்கு உள்ளாக்க விரும்பலே...'

அவள் இதை எந்தவிதமான சங்கோசமும் இல்லாமல் சொன்னாள்.

'நான் இதை இப்படி சர்வசாதாரணமா சொல்றேனேன்னு பார்க்கிறீங்களா? நான் இதைப்பத்தி எண்ணி எண்ணி இதிலே உள்ள அதிர்ச்சியெல்லாம் எனக்கு அர்த்தமற்றுப் போச்சு...'

அவள் இவ்வாறு கூறிக்கொண்டே, மேஜையின் மேல் தண்ணீரிருந்த கண்ணாடித் தம்ளரை இறுகப் பற்றினாள். சிந்தனையில் லயித்த வெட்டவெளிப் பார்வை தம்ளரின் மேல் விழுந்தது. தாயாரின் மீது ஆத்திரமா அல்லது இளைஞர்களைக் கண்டால் ஏற்படும் வெறுப்பா, அவள் தம்ளரை அப்படி இறுகப் பற்றுவதற்கு எது காரணம்?

'என் அம்மாவிடம் இருக்க எனக்குப் பிடிக்கல்லே. நான் அவளை விட்டுப் பிரிய வேண்டும்.'

அப்படியானால் அவள், அம்மாவை விட்டுப் போவதற்குத் தான் ஒரு சாதனமா?

'என்னாலே உனக்கு பாதுகாப்பு அளிக்க முடியும்னு நம்பறியா?'

'நான்சென்ஸ்... பாதுகாப்பைப் பத்தி நான் கவலைப்படலே... ஐ லக் யூ...'

'ஏன்னு என்னால சொல்ல முடியாது. நம்ம இரண்டு பேருக்கும் ஒரு மாதிரி ரசனை இருக்கிறதும் இதுக்கு ஒரு காரணமாயிருக் கலாம்...'

'பாதுகாப்பைப் பத்திக் கவலைப்படாத முதல் பெண்ணை இப்போதுதான் நான் பார்க்கிறேன். பெண்கள் கல்யாணம் செய்துக்கறத்துக்குக் காரணமே இந்த பாதுகாப்பு உணர்ச்சி தான்...'

'ஆணை மையமாக வைச்சு இயங்குகிற சமூகத்திலே, பெண் பாதுகாப்பைத் தேடறதிலே ஆச்சரியமில்லே... நமது நாட்டுப் பெண்களுக்கு கணவன்ங்கிற ஸ்தானம் முக்கியம்; கணவன்கூட இல்லை. கணவன் உயிரோட இருந்தால் போதும், அவனைக் கூடையிலே வைச்சு இன்னொரு பெண்ணோட வீட்டிலே கொண்டு விடறதுதான் கற்புன்னு நினைக்கிற நாட்டிலே, வேறே எதை எதிர்பார்க்க முடியும்?'

'அப்படின்னா மத்தவங்க மாதிரி இல்லாம ஒரு தனி தினுசா இருக்கணுங்கிறதுதான் உன் விருப்பமா? அதுக்குத்தான் என் நட்பை எதிர்பார்க்கிறியா?

பானு அவனுக்கு உடனே பதில் சொல்லவில்லை. அவனை சிறிது நேரம் உற்றுப் பார்த்துக்கொண்டே இருந்தாள்...'

'ஏன் இப்படிப் பார்க்கிறே?'

அவள் முகத்திலே ஒரு புன்னகை. அதில் ஏளனத்தில் சாயை நிழலிட்டது.

'எதுக்கும் ஒரு காரணம் இருக்கணும்னு நீங்க ஏன் நினைக் கிறீங்க? உங்க பேரிலேயே உங்களுக்கு நம்பிக்கை இல்லையா?'

அமிர்தம் சற்று திடுக்கிட்டான். பல வருஷங்களுக்கு முன்னால் நித்யா இதையேதான் சொன்னாள். பானு கொஞ்சம் நாகரிகப் பூச்சுடன் கூறியதை அவள் வெளிப்படையாகவே கேட்டாள், 'உங்களுக்கு ஏன் இவ்வளவு தாழ்வு மனப்பான்மை...? தனக்கு தாழ்வு மனப்பான்மை இருக்கிறது என்பதில் சந்தேகமில்லை. நித்யாவின் உற்சாகத்துக்கு ஈடுகொடுக்க முடியாத தன்னுடைய ஒதுங்கிய சுபாவத்தின் காரணமாக, தனக்கு தாழ்வு மனப்பான்மை என்று சொல்வதற்கு இடமிருந்தது. ஆனால், இப்பொழுது.

வயது என்று சொல்ல முடியுமா? மேல் நாடுகளில் ஒருவனுக்கு வாழ்க்கையே நாற்பது வயதில்தான் தொடங்குகிறது என்கிறார் கள். ஆனால், நம்நாட்டில் சே... இதைப்பற்றியெல்லாம் எண்ணுவதற்கும் வயதே காரணம்.

‘ஏதாவது தப்பா சொல்லியிருந்தால் மன்னிச்சுக்குங்க...’ என்றாள் பானு.

‘இல்லே, இல்லே. ‘உங்க பேரிலேயே உங்களுக்கு நம்பிக்கை இல்லையா’ன்னு கேட்டியே, அதைப்பத்தி யோசிச்சுக்கிட்டு இருந்தேன்.’

‘யோசிக்கிறேன்னா என்ன அர்த்தம்? யோசிக்கிறத்துக்கு நிறைய விஷயம் இருக்கா?’

‘நான் உன்னைப் பத்தி கேட்டேனே தவிர, நீ இன்னும் என்னைப் பத்தி எதுவும் தெரிஞ்சுக்கலே இல்லையா?’

பானு, தோள்களைக் குலுக்கிக் கொண்டாள். ‘எனக்கு அதைப் பத்தி அக்கறை இல்லை’ என்று சொல்வது மாதிரி இருந்தது.

‘உனக்குக் கேட்க விருப்பம் இல்லேன்னா நான் சொல்லலே...’

‘நடக்கிற விஷயத்தை அப்படியே பார்க்கிறதை விட்டுட்டு, இதுக்கு முந்தி என்ன, பிந்தி என்னன்னு பார்க்கிற விஷயமே பிடிக்காது...’

‘உன் பேரிலேயே உனக்குப் பிடிவாதமான நம்பிக்கை இருக்குன்னு நினைக்கிறேன்...’

பானு புன்னகை செய்தாள். அது, அவன் சொல்வதை ஆமோதிப்பது போலிருந்தது.

அப்பொழுது ஓர் இளைஞன் பக்கத்து சோபாவில் வந்து உட்கார்ந் தான். ஆறடி உயரம். முகத்தில் ஓர் அலட்சியமும் மிடுக்கும் வெளிப்படையாகத் தெரிந்தன. வழக்கமாக எல்லோரும் செய் வதைப்போல், அவன் சுற்றுப்புறத்தை ஆராயும் நோக்கத்துடன் பார்க்கவில்லை. கையில் சில ஆங்கிலப் பத்திரிகைகள் வைத் திருந்தான். அவற்றைப் புரட்டத் தொடங்கினான்.

அவன் பக்கம் அவள் திரும்பிப் பார்த்தாள். அவனையே தொடர்ந்து சில விநாடிகள் பார்த்துக்கொண்டே இருந்தாள்.

அப்படிப் பார்க்கவேண்டிய முகம்தான் அது. தன் தலையிலிருந்து ஓரிரண்டு நரைமயிர்கள் எட்டிப் பார்ப்பதுபோல் பட்டது அமிர்தத்துக்கு.

அமிர்தம் தன்னைக் கவனிக்கின்றான் என்பதை உணர்ந்த பானு, அவ்விளைஞன் கையில் வைத்துக்கொண்டிருந்த பத்திரிகை களை நோக்கியவாறு சொன்னாள், 'படிக்கிறதுக்காக நல்ல இடம் தேடியிருக்கான்...'

பன்னிரண்டு வருஷங்களுக்கு முன் நித்யா சொன்னாள். 'கல்யாணமாகாத ஆம்பிளை தனியா போறதும், கல்யாணமாகாத பொண்ணு இன்னொருத்தரோட போறதும் யோசிக்கவேண்டிய விஷயங்கள்.'

'அவன் தனியா உட்கார்ந்துக்கிட்டிருக்கிறது எனக்கென்னமோ கஷ்டமா இருக்குது...' என்றான் அமிர்தம்.

'நான் போய் வேணா உட்காரட்டுமா?' என்று சிரித்துக் கொண்டே கேட்டாள் பானு.

'அப்படியே செய். ஒருவேளை அதுதான் பொருத்தமாயிருக் கலாம்...'

பானு லேசாக தலையை ஆட்டினாள். திடீரென்று அமிர்தத்தின் கையை எடுத்து தன் கையோடு சேர்த்து வைத்துக் கொண்டாள், பிறகு சொன்னாள்.

'உங்களுக்கு இந்த வயசு ஞாபகம் ஒரு அப்ஸெஷனாயிடுத்துன்னு நினைக்கிறேன்...'

முகத்தில் அறைந்தாற்போல் இருந்தது. அமிர்தம் வேறு பக்கம் திரும்பி சுவர்ப் பக்கம் பார்த்துக் கொண்டிருந்தான். பானுவின் ஸ்பரிசத்தால் ஏற்பட்ட அலை அலையாய் பரவிய இன்ப உணர்வு, அவள் சொன்ன வார்த்தைகளால் தாக்குண்டு சிதறியது. அமிர்தம் நிலைகொள்ளாமல் தவித்தான். வாஸ்தவம்தான். இந்த அப்ஸெஷன்தான் குறுக்குச் சுவராக எழுந்து, மனச்சாட்சி அது இது என்று மாறுவேஷம் கொண்டு அவனை பலஹீனமான வனாக்கி விடுகிறது... பக்கத்தில் வந்த அவ்விளைஞனைப் பார்த்ததால் ஏற்பட்ட பலஹீனம். இந்த ஒப்பிட்டு நோக்கும் மனப்பான்மைக்கு, பானு கூறுவதுபோல் தன்னம்பிக்கை யின்மைதான் காரணமாக இருக்க வேண்டும்.

பானு வைத்துக் கொண்டிருந்த கையை அவன் லேசாக அழுத்தினான். முகத்தில் சற்று வியப்புக்குறியுடன் அவனை அவள் நோக்கினாள். அவள் முகத்தில் தோற்றுவித்த வியப்புக் குறி, அவனுக்கு ஒரு புதிய சோபையைத் தந்தது. இதையெல் லாம் உணரமுடிகிறபோது தனக்கு வயதாகிவிட்டது என்று ஏன் நினைக்க வேண்டும்? அவள் முகத்தில் தெரிந்த ஆச்சரியம் மறைந்து கன்னத்தில் சிவப்பு கண்டது. விரல்களோடு அவள் கையைச் சேர்த்துப் பற்றிக் கொண்டான் அமிர்தம்.

'நான் சொன்ன மாதிரி, உங்களுக்கு அப்படியொண்ணும் அப்ஸெஷன் இல்லேன்னு காட்ட இவ்வளவு ஆத்திரமா?' என்று சிரித்துக்கொண்டே கேட்டாள் பானு.

அமிர்தம் தன் கைகளை விடுவித்துக்கொண்டே வினாவி னான், 'சரி... போகலாமா?'

'பில்?' என்றாள் பானு.

அமிர்தம் விரலைச் சொடுக்கி சிப்பந்தியைக் கூப்பிட்டான். ஒரு தட்டில் பில்லைக் கொண்டு வந்து அவன் வைத்ததும் அதில் பணத்தைப் போட்டுவிட்டு அமிர்தம் எழுந்தான்.

இருவரும் மௌனமாக வெளியே வந்தார்கள்.

'மணி எட்டாகிறது' என்றாள் பானு, வீதிக்கு வந்தவுடன்.

'வீட்டுக்குப் போக ரொம்ப நேரமாயிடுச்சு, இல்லே?' என்றான் அமிர்தம்.

அவள் பதில் சொல்லவில்லை.

கார், லட்சுமிபாய் நகர் செல்லும்வரை அவள் பேசவில்லை.

அவள் வீட்டருகே சென்றதும் பானு சொன்னாள், 'ரொம்ப நாளைக்கு அப்புறம் இன்னிக்குத்தான் சந்தோஷமா இருக்கேன். உங்களுக்குக் காரணம் தெரியும்...'

'லேசிலே தீர்மானம் செய்யாதவ நீ. ரொம்ப சீக்கிரம் முடிவு செய்திட்டே போலிருக்கே...'

'ஆமாம்... இதுவே உங்களுக்கு எச்சரிக்கைகூட...'

'எச்சரிக்கையா?'

'ஆமாம்... இந்த முடிவு செய்ய உற்சாகப்படுத்தியவரே நீங்க தான். இதனாலே உங்க பொறுப்பும் அதிகமாகிறது.'

அவள் குரலில் கண்ட நிதானமும், எஃகைப் போன்ற உறுதியும் அவனுக்கு சிறிது அச்சத்தைத் தந்தன.

'சரி, நான் வரட்டுமா? அப்புறம் எப்போ பார்க்கிறது' என்று கேட்டுக் கொண்டே, ஸ்டியரிங்கிலிருந்து அவன் கையை எடுத்துக் குலுக்கினாள் பானு.

அமிர்தம் பேசாமல் இருந்தான்.

'நாளைக்குப் பார்க்கலாமா?' என்று கேட்டபடி காரில் இருந்து அவள் இறங்கினாள்.

'நாளைக்கா?'

'ஏன், என்ன தயக்கம்?'

'சரி... எங்கே பார்க்கலாம்?'

'நாளைக்கு வேற எங்கேயாவது போவோம். இந்தியா கேட்?'

'நாளைக்கு வேண்டாமே. ஞாயிற்றுக்கிழமை பார்க்கலாமே?'

பானு அவனைச் சிறிது நேரம் உற்றுப் பார்த்தாள். பிறகு கேட்டாள், 'என்னைக் கண்டால் பயமாயிருக்கா?'

'என்ன சொல்லறே நீ. எதுக்காக உன்னைக் கண்டு பயப்படணும்? தினம் பார்க்கணுமான்னு யோசிச்சேன். அடிக்கடி சந்திக்கும் அளவுக்கு நான் ஒண்ணும் அப்படி சுவாரஸ்யமான மனுஷன் இல்லை.'

பானு புன்னகை செய்தாள். 'இன்னும் கொஞ்ச நாள்கள் என்னோட பழகினீங்கன்னா உங்களுக்குத் தன்னம்பிக்கை வந்திடும்னு நினைக்கிறேன். நாளைக்கே பார்ப்போம். ஆகாஷ்வாணிக்கு அஞ்சு மணிக்கு வாங்க. டா டா, பை பை.'

அவள் போய்விட்டாள்.

அவன் வீட்டுக்குச் சென்றபோது வாசற்கதவு திறந்திருந்தது. இதை அவன் எதிர்பார்க்கவில்லை. ஹாலில், சோபாவில் உட்கார்ந்தவாறு திலகம் ஏதோ ஒரு புத்தகம் படித்துக் கொண்

டிருந்தாள். அவள் திலகம்தானா என்ற சந்தேகம் அவனுக்கு ஏற்பட்டது. இரண்டு மூன்று தடவை உற்றுப் பார்த்தான். அவள் அப்படித் தன்னை அலங்கரித்துக் கொண்டிருந்தாள். உடம்போடு இணைந்த புடவை, முகத்துக்கேற்ற அளவான கொண்டை. அவள் தேர்ந்தெடுத்திருக்கும் புடவையின் நிறமும், உடுத்தி யிருந்த பாணியும் அவளுடைய சற்றுப் பருமனான உடம்பை கொஞ்சம் இளைத்தாற்போல் காட்டின. அவளுக்கு உடை அலங்காரத்தில் யாரோ யோசனை கூறியிருக்க வேண்டுமென்று அவனுக்குப் பட்டது.

அவனைப் பார்த்ததும், திலகம் புன்னகை செய்தவாறே எழுந்திருந்தாள்.

'ஏன் இந்நேரம்?'

'நேரம் கிடக்கட்டும். இன்னிக்கு என்ன அலங்காரம் இவ்வளவு பிரமாதமா இருக்கு?'

'சும்மாத்தான். நீங்க வீட்டுக்கு வரப்போ அழுதுவடிஞ்சுகிட்டு இருக்கச் சொல்றீங்களா?'

'இந்த மாதிரி...' ஏதோ கேட்க நினைத்தவன், சொல்ல வந்ததை முடிக்காமல் சோபாவில் உட்கார்ந்தான்.

'இந்த மாதிரி. என்ன சொல்ல வந்தீங்க சொல்லுங்க.'

'அலங்காரம் செய்துக்க யார் உனக்குச் சொல்லிக் கொடுத்தாங்க?'

'என்ன நினைச்சுக்கிட்டு இப்படிக் கேக்கறீங்க? நான் வெறும் பட்டிக்காடுன்னு அர்த்தமா?'

'இல்லே. வந்து... நீ இதுவரையில் இப்படி அலங்காரம் செய்துகிட்டதில்லேயேன்னு கேட்டேன்.'

'நீங்களும் இப்படி கண்டவளோட சுத்திக்கிட்டு இருந்த தில்லையே. இப்பத்தானே ஆரம்பிச்சிருக்கீங்க.'

ஷூவைக் கழற்றிக் கொண்டிருந்த அமிர்தம், திடுக்கிட்டு அவளை ஏறிட்டு நோக்கினான்.

'என்ன சொல்றே நீ?'

‘நீங்க செய்யறது ஒவ்வொண்ணும் எனக்குத் தெரியாம இருக்காது. நினைவு வெச்சுக்குங்க. அது கிடக்கட்டும். இதுக்குப் பதில் சொல்லுங்க, ஏன் உங்க புத்தி இப்படி பேதலிச்சுப் போகணும்.’

இவளுக்கு எப்படித் தெரிய வந்தது? யார் சொல்லியிருப்பார்கள்? தெரிந்தவர்கள் யார் கண்ணிலும் படவில்லையே. அப்படி பட்டிருந்தாலும் திலகத்துக்குச் சொல்லும்படி யாருக்கு இவ்வளவு அக்கறை?

திலகம் அவன் அருகில் வந்து உட்கார்ந்தாள். ‘என்கிட்டே என்ன குறை சொல்லுங்க... நான் கறுப்பா இருக்கேனா, இல்லாட்டி உங்களுக்குச் சமதையா பேசத் தெரியலேன்னா? நான் என்ன செய்வேன், என்னால இப்படித்தானே இருக்க முடியும்?’

அமிர்தம், சோபாவை விட்டு எழுந்திருந்தான். ‘1984’ என்ற புஸ்தகத்தில் வருவதுபோல் ‘பிக் ப்ரதர் ஈஸ் வாட்சிங்’ என்றாகிவிட்டது. தன்னைப் பற்றி உளவறிய, தில்லி முழுவதும் திலகம் ஆட்களை வைத்திருப்பாள் என்று அவன் எதிர்பார்க்க வில்லை. அவளுக்கு அவ்வளவு சாமர்த்தியமும் கிடையாது.

அவன் தன் அறைக்குச் சென்று உடையை மாற்றிக் கொண்டான். திலகம் இதை ஏன் ஒரு தற்காப்புப் போராட்டமாக நினைக்க வேண்டும். பார்க்கப்போனால், அவள் இதை வேறு எவ்விதமாக நினைக்க முடியும்? உள்ளத்தின் அடித்தளத்தில் கண்மூடி ஓடி விளையாடிக் கொண்டிருந்த உணர்ச்சிகள் இன்று சாயந்திரம் வெளிப்பட்டு விட்டன. பானுவும் தன் எண்ணத்தை மூடி மறைத்துச் சொல்லவில்லை. எதிர்காலத்தைப் பற்றி தனக்கு உள்ள திட்டந்தான் என்ன? பானுவிடம் இதைப்பற்றி விவாதித் தாக வேண்டும்.

அமைதியாகச் சென்று கொண்டிருந்த வாழ்க்கையில் சலனத்தை ஏற்படுத்திக் கொள்வது விவேகந்தானா? அது சமாதியின் அமைதியோ, எது வேண்டுமானாலும் இருக்கட்டும். பிரச்னை களை உண்டாக்கிக்கொண்டு அவற்றை எதிர்நோக்கக் கூடிய துணிவு தன்னிடம் இருக்கிறதா? அன்று நித்யா தன்னை கோழை என்று நேரடியாகக் கூறாமல் பல வார்த்தைகளில் சொன்னாள். இன்று பானு தனக்கு தன்னம்பிக்கை இல்லையென்று ஏளனம் செய்கிறாள். ‘ஹாம்லெட்’ சொன்னதுபோல், மனச்சாட்சி தன்னைக் கோழையாக்கிவிட்டதா?

அமிர்தம், அறையிலிருந்து திரும்பி வந்தபோது திலகம், டைனிங் டேபிளில் அவனுடைய தட்டை வைத்து சாதம் போட்டுக் கொண்டிருந்தாள்.

'சாப்பாடு வேண்டாம், பசிக்கலே.'

அவள் திரும்பிப் பார்த்தாள்.

'ஏன்?' - குரலில் அழுத்தத்துடன் அவள் இக்கேள்வியைக் கேட்டாள்.

அவன் பதில் கூறவில்லை. சோபாவில் உட்கார்ந்தான்.

'யார் சொன்னாங்க?'

'என்னது, யார் சொன்னாங்க?'

'அதான். இன்னிக்கு சாயந்திரம் நடந்ததெல்லாம்...'

'யார் சொன்னா என்ன அதா முக்கியம்?'

'ஒரு பெண்ணோட சாதாரணமா பேசறதைக் கண்டபடி திரிச்சு ஒருத்தர் சொன்னா, யார் அப்படிச் சொன்னாங்கன்னு கேக்கறது முக்கியமில்லையா?' என்று கேட்டான் அமிர்தம்.

13

'உங்க ரெண்டு பேருக்கும் பேச்சு சாதாரணமா இருந்தால், அந்தப் பெண் ணோட அம்மா எனக்கு இதைப் பத்தி ஏன் ஃபோன் பண்ணிச் சொல்லணும்?' என்று கேட்டாள் திலகம், அமிர்தத்திடம்.

அமிர்தத்துக்கு இப்பொழுது புரிந்தது. பானு தன் தாயைப் பற்றிச் சொன்னது எல்லாம் உண்மை. பானு செய்வது அவள் தாயா ருக்குப் பிடிக்கவில்லை என்பது நிச்சயமாகி விட்டது. தன் நடவடிக்கை எப்படி இருந் தாலும், எந்தத் தாயாருக்குத்தான் தன் மகள் திருமணமான ஒருவனோடு தொடர்பு கொள்வது பிடிக்கும்? கல்யாணமானவன் என்பது மட்டுமல்ல, பானுவைவிடத் தான் வயதிலே எவ்வளவு மூத்தவன்? சே! தனக்கு ஏன் இந்தப் பைத்தியம் பிடிக்க வேண்டும்?

திலகம் அவன் அருகில் வந்து உட்கார்ந்து கொண்டாள்.

'இனிமேல் உங்க இஷ்டப்படியெல்லாம் நான் நடந்துக்கறேன். அந்தப் பெண்ணோட அம்மா சொன்ன மாதிரி, இப்படி விரஸமான காரியமெல்லாம் செய்யாதீங்க.'

'விரஸமா?'

'ஆமாம். விரஸமா இல்லாமே என்ன? நமக்குச் சரியான வயசிலே கல்யாணமாகி குழந்தை பிறந்திருந்தால் அதுக்கு இப்போ பதினேழு, பதினெட்டு வயசு ஆகியிருக்காதா?'

'என்னை இப்படிக் கிழவனா காட்டறதிலே உனக்கு ஏன் இவ்வளவு அசுரத் திருப்தி?'

'உங்களுக்கு வயசாகலேன்னு காட்டத்தான் இதையெல்லாம் செய்யறீங்களா?'

அமிர்தம் ஒருகணம் திகைப்புற்று நின்றான். ஒருவேளை இதுதான் உண்மையோ. திலகம் இதை இவ்வளவு சுலபமாகச் சொல்லக்கூடுமென்று அவன் எதிர்பார்க்கவில்லை.

தனக்கு இளமை கழிந்து விட்டது என்பதை ஒப்புக் கொண்டுதான் ஆக வேண்டுமா? பானுவுக்கும், அவன் இப்பொழுது இளைஞன் இல்லை என்ற இந்த நிலையில்தான் அவனிடம் ஈடுபாடு. முதல் நாள் சந்தித்தபோது, அவனை 'மாமா' என்றுதான் குறிப் பிட்டாள். இளைஞர்களை அவளுக்குப் பிடிக்காமல் போன தற்குக் காரணமும் சொன்னாள். உண்மையிலேயே இவனுக்குப் பானுவிடம் விருப்பமா? அல்லது கடந்துபோன தன் பருவத்தை நினைவூட்டும் கருவியாக அவள் இருக்கின்றாள் என்பதால் ஏற்பட்ட பரிவு உணர்வா?

அவன் பலவித உணர்ச்சிகளால் உந்தப்பட்டு கண்களை மூடிக் கொண்டான். காலண்டர் கணக்கை ஏற்றுக் கொள்வதுதான் விவேகம்.

எதையும் சவாலாகக் கொண்டு வாழ்வதற்கான துணிவு தனக்குக் கிடையாது. நிகழ்காலத்தைப் பிடிவாதமாக உறுதிப்படுத்திய வாறு எதிரே உட்கார்ந்திருக்கிறாளே, இவள் தன் மனைவி. இந்த சத்தியத்தில் தன்னை நிலைப்படுத்திக் கொண்டால் பிரச்னை இல்லை. சஞ்சலம் இல்லை.

அவன் கட்டிலில் போய் படுத்துக்கொண்டான். சிறிது நேரத்தில் திலகத்தின் பெருமூச்சு அவனுக்குத் தெளிவாகக் கேட்டது. அவள் ஏதோ பேசிக் கொண்டேயிருந்தாள். அவள் பேசியது ஒன்றும் அவன் காதுகளில் விழவில்லை. அவனுக்கு அப் பொழுது அவள்தான் தேவையாக இருந்தாள்.

அடுத்த நாள் அவன் எழுந்திருக்கும்போது மிகவும் நேரமாகி விட்டது. இரவு முழுவதும் பலவித சிந்தனைகள், கனவுகள், ஒன்றுக்கொன்று சம்பந்தமில்லாமல் இருந்தன.

திடீரென்று அவனும் திலகமும் கிழவர்களாகிவிட்டாற் போன்ற பிரமை. அதைக் கனவென்று சொல்ல முடியாது. நினைவு இயங்கிக் கொண்டிருந்தது. திலகத்தின் தலை முழுதும் நரைத்துவிட்டாற் போலத் தோற்றம். அவள் தலையை அவன் தொட்டுப் பார்த்தான். திலகம் கண் விழித்தாள். 'என்ன வேணும்?' 'ஒண்ணுமில்லே.' 'யாருன்னு நினைச்சீங்க?' அவன் திரும்பிப் படுத்தான். ஜன்னலருகே இருந்த மரத்தின் நிழல்கள் சுவரில் விளையாடிக் கொண்டிருந்தன. இன்னும் இதுபோன்ற கனவுக்கும் நினைவுக்கும் இடைப்பட்ட பல காட்சி மயக்கங்கள். நித்யாவின் முகம், பானுவின் புன்சிரிப்பு.

நேற்று ஹோட்டலில் பார்த்த, அந்த கம்பீரமான இளைஞன், ஆகாயம் வரை வளர்ந்து மேகத்திலிருந்து எட்டிப் பார்க்கிறான். கண்ணுக்கு எட்டிய தூரம் வரை மணலைத் தவிர வேறொன்றும் இல்லாத ஒரு பிரதேசத்திலிருந்து தான் தன்னந்தனியாய் நின்று ஓலமிடும் பரிதாபம். அவன் குரல் எதிரொலிக்கிறது. அந்த எதிரொலி, நிழலாய் விசுவரூபம் எடுத்து அவனுக்கு அச்சத்தைத் தருகிறது.

அவன் எல்லாக் கனவுகளையும் ஒழுங்குபடுத்தி நினைவுக்குக் கொண்டுவர முயன்றான். முடியவில்லை.

'இன்னிக்கு ஆபீஸ் போகலீங்களா?' அவன் திரும்பிப் பார்த்தான். திலகம் நீராடிவிட்டு ஒரு புதுப்புடவை கட்டிக் கொண்டிருந்தாள். தலை நிறைப் பூ.

அவன் கட்டிலை விட்டுக் கீழே இறங்கினான்.

'ஆபீஸ் போகலேன்னா எங்கேயாவது போவோமா?'

'எங்கே?'

'நேரு பார்க். கார் விடக் கத்துக் கொடுங்க.'

அவன் பதில் சொல்லாமல் குளியலறையை நோக்கிச் சென்றான்.

'இதுதான் எனக்குப் பிடிக்கலே. கேட்டுட்டு அலட்சியமாகப் போறீங்க பாருங்க...' என்று திலகம் சொல்லிக் கொண்டிருப்பது அவன் காதுகளில் கேட்டது.

இன்று ஆஃபீஸ் போகாவிட்டால் ஒரு சௌகர்யம். பானுவைப் பார்க்க வேண்டாம். சே! தான் அவளைக் காண ஏன் பயப்பட வேண்டும்? இதை பயமென்று சொல்ல முடியாது. அவளை தினந்தோறும் சந்தித்துத்தான் ஆக வேண்டுமா? ஆனால் இதற்கு மாற்று? திலகத்துக்கு கார் கற்றுக் கொடுப்பதினின்றும் தப்ப முடியாது.

குளியலறையிலிருந்து திரும்பிய அவன், கையில் செய்தித் தாளுடன் உட்கார்ந்தான்.

'மணி எவ்வளவு தெரியுமா?' என்று கேட்டாள் திலகம்.

'எவ்வளவு?'

'எட்டரை. ஆபீஸ் போறதில்லேன்னு தீர்மானம் செஞ்சுட்டீங் களா?'

'போகவேண்டாம்னு பார்த்தால் நீ பயமுறுத்திக்கிட்டே இருக்கியே, கார் விடக் கற்றுக்கொடுங்கன்னு.'

திலகம் சிரித்தாள். 'பயப்படாதீங்க. கார் விடக் கற்றுக் கொடுக்க வேண்டாம். வேறே எங்கேயாவது சுத்திட்டு வருவோம் வாங்க.'

'எங்கே போகணுங்கிறே?'

'கரோல் பாக் போகலாம் வாங்க. அஜ்மல் கான் ரோட்டிலே கொஞ்சம் ஷாப்பிங் செய்யணும்.'

அவள் என்ன ஷாப்பிங் செய்ய வேண்டுமென்று அவன் கேட்கவில்லை. இதுவரை கேட்டதுமில்லை.

செய்தித்தாளில் சில சூடான அரசியல் செய்திகள் அவன் கவனத்தைக் கவர்ந்தன. அவன் அவற்றில் ஆழ்ந்தான்.

'என்ன பேசாமல் இருக்கீங்க? போகலாமா?'

'...'

'கேக்கறேன், வாயை மூடிக்கிட்டு உட்கார்ந்திருக்கீங்களே, அழைச்சுக்கிட்டுப் போக விருப்பமில்லையா?'

'எங்கே?'

'எங்கேயா? என்னை அழைச்சுக்கிட்டுப் போறதாயிருந்தால் உங்களுக்கு எப்போதுமே இப்படித்தான். நான் என்ன அப்படி சொகுசா இருக்கேனா, ஹோட்டலுக்கு அழைச்சிக்கிட்டுப் போக?'

அமிர்தம், செய்தித்தாளை மூடி வைத்தான். அவள் பேச்சு அவனுக்கு எரிச்சலை மூட்டியது. அவன் எழுந்திருந்து சோம்பல் முறித்தான். அவள் சொற்களால் தான் பாதிக்கப்படவில்லை என்பதே தான் அவளுக்கு அளிக்கும் தண்டனை. இதை உணர்ந்துகொள்ளக் கூடிய அளவுக்கு அவளுக்கு நுணுக்கம் போதாது என்று அவனுக்குப் பட்டது. ஆகவே, இதைத் தொடர்ந்து அவன் சொன்னான், 'சரி நான் ஆபீஸுக்குப் போறேன்.'

'ஆபீஸ் போறீங்களா?'

'ஆமாம்.'

இதற்கு மேல் தன் இயற்கையான சுபாவத்தைக் கட்டுப்படுத்த முயன்ற திலகத்தால், பொறுக்க முடியவில்லை.

'கண்டவளோட ஹோட்டலுக்குப் போவீங்க. என்னோட கடைக்கு வரமாட்டீங்களா?'

'அது என் இஷ்டம்'

'என்னது? உங்க இஷ்டமா? உங்க இஷ்டமா?'

திலகம் மிகுந்த கோபத்துடன் சுவரருகே சென்று தலையை மோதிக் கொண்டாள். அமிர்தம் வேகமாக அவளைப் பின் தொடர்ந்து அவளைப் பின்னால் இழுத்தான்.

'உனக்கென்ன ஹிஸ்டீரியாவா?'

'ஆமாம். எனக்கு ஹிஸ்டீரியாதான். பைத்தியம் பிடிச்சிடுச்சு. உங்களை என்னோட வெச்சுக்கத் தெரியாத பைத்தியம்... பைத்தியம்... பைத்தியம்...'

அமிர்தம், அவளைப் பற்றி இழுத்து கொண்டுவந்து சோபாவில் உட்கார வைத்தான். அவள் முகத்தை இருகைகளாலும் மூடிக்கொண்டு அழத் தொடங்கி விட்டாள்.

'இதோ பார், எதுக்கு அழறே? என்ன ஆயிடுச்சு? நான் செத்துட்டேனா?'

அவள் உள்ளே போய்விட்டாள். பதில் ஆவேசமாக வரும் என்று எதிர்பார்த்த அவனுக்குக் கொஞ்சம் ஏமாற்றமாக இருந்தது. ஆக்ரோஷத்துடன் பொழிந்தாலாவது அவளுடைய செறிந்த உணர்ச்சிகள் கரைக்கூடுமென்று அவன் நினைத்தான். தன் கோபத்தின் சுகத்தில் இளைப்பாறுவதுபோல், அவள் இன்னோர் அறைக்குப் போய் கதவைத் தாளிட்டுக் கொண்டு விட்டாள். அவள் கதவைப் படீரென்று சாத்தியது அவன் முகத்தில் அறைவது போலிருந்தது.

அன்று மாலை, அவன் ஆபீஸிலிருந்து ஆகாஷ்வாணி பவ னுக்குச் சென்றபோது, பானு அவனுக்காகக் காத்துக் கொண் டிருந்தாள்.

அவன் காரை நிறுத்தியதும், அவள் கார்க் கதவைத் திறந்து கொண்டு மிகுந்த உற்சாகத்துடன் அவன் பக்கத்தில் உட்கார்ந் தாள்.

'நேத்து வீட்டிலே என்ன ஆச்சு?' என்று கேட்டாள் பானு.

அமிர்தம் அவளை ஆச்சரியத்துடன் நோக்கினான்.

'எனக்கு எல்லாம் தெரியும். உங்க மிஸஸ்கிட்டே எல்லாத்தையும் சொல்லிவிட்டதா எங்கம்மா சொன்னாள். எப்படியாவது நான் உங்களைச் சந்திக்கிறதை தடுக்கலாம்னு அவள் எண்ணம். ஆனா அவளாலே இது முடியாதுங்கிறது எனக்கு நிச்சயமாகத் தெரியும்.'

பானுவால் எப்படிப் புன்னகையுடன் இதைப் பற்றிப் பேச முடிகிறது? திலகத்துக்கும் தனக்கும் காலையில் நடந்த சண்டை, பெரும் பாரமாக அவன் நெஞ்சை அழுத்திக் கொண்டிருக்கும் போது, அவள் தன் அம்மாவின் எதிர்ப்பைப் பற்றிச் சிறிதுகூட கவலைப்படுவதாகத் தெரியவில்லையே. இதற்கு அவள் வளர்ந்துள்ள சூழ்நிலை காரணமா? அல்லது அம்மாவுக்குத் தன்

எதிர்ப்பு உணர்ச்சியைக் காட்ட வேண்டும் என்ற ஒரே காரணத்துக்காகத் தன்னை நாடுகிறாளா? இந்த நிலைமையை அவள் சந்தோஷத்துடன் அனுபவித்துக் கொண்டிருப்பதாகத் தெரிகிறது. ஆனால், திலகத்துடன் சண்டையிட்டுக் கொண்டு வந்த இந்நிலைமையைத் தன்னால் அனுபவிக்க முடிகிறதா? இதற்கு என்ன காரணம்?

சே! எதைப் பற்றியும் சிந்திக்கக் கூடாது. அவ்வப்பொழுது உருவாகும் நிகழ்ச்சியின் சத்தியத்தில், இறப்பையும் எதிர்ப்பையும் பற்றிச் சிந்திக்காமல் ஆழ்வதுதான், தான் தனக்குச் செய்து கொள்ளும் நியாயம். அருகில் இருக்கும் பெண் பானுவாக இருந்தால் என்ன, யாராக இருந்தால் என்ன? நிகழ்வின் பிரதிநிதி. இறப்பும் ஒரு காலத்தில் நிகழ்வாக இருந்ததே அதனுடைய சுகம். ஒவ்வோர் அனுபவமும் அந்தந்த கால அளவில் முற்றுப் பெறுகின்றது. ஒன்று விழித்திருக்கிறோம் அல்லது தூங்குகிறோம் - அனுபவம், அனுபவமின்மை - நிகழ்ச்சி அல்லது நிகழ்ச்சியின்மை - செயல் அல்லது நினைவு - செயலின்மை அல்லது மனச் சூன்யம் - ஒவ்வொன்றும் அதனளவில் முடிவடைந்த ஒரு நிலை - இதுவும் விஞ்ஞானத்துக்கு உடன்பட்ட கருத்துதானே? பௌதீகம், தொடர்ச்சி என்ற கொள்கையை எங்கே ஒப்புக்கொள்ளுகின்றது.

'இப்பொ எங்கே போகலாம்னு உத்தேசம்?' என்று பானு கேட்ட போது, அவள் குரல் பல ஆயிரம் மைல்களுக்கு அப்பாலிருந்து ஒலிப்பதுபோல் அவனுக்குப் பட்டது. இக்கேள்விக்கு, தன் மனம் அப்பொழுதிருந்த நிலையில் விடை சொல்வதுதான் இந்த நிமிஷம் அவனுக்கு விதித்திருந்த தருமம்.

'எங்கேயாவது ஹோட்டலில் போய்த் தங்குவோமா?'

அவள், அவனை வியப்புடன் நோக்கினாள். பதில் சொல்லவில்லை.

'போவோமா?'

அவள் தலையசைத்தாள்.

பழைய தில்லியிலிருந்த அந்த ஹோட்டல், மொகலாயர் காலத்து கட்டடமாக இருக்க வேண்டும். சின்ன அறை. ஒரு பக்கம் சுவர், இன்னொரு பக்கம் மரப்பலகைத் தடுப்பு. படுக்கையில்

விரித்திருந்த போர்வை நிறம் மங்கிப்போய் ஓர் அசட்டு பளபளப்புடன் காணப்பட்டது ஸாட்டின் துணி. ஹோட்டலின் முதலாளி ஒரு முஸ்லிம் போலிருக்கிறது.

சுற்றிச் சூழ்ந்திருந்த நிர்ப்பந்தங்களும் தளைகளும் நீங்கிய நிலையில், தனியே எல்லையற்ற சுதந்தரத்தை அக் குறுகிய வரையறையில் உணர்வதற்காக, அவ்விடத்தை நாடிவந்த அமிர்தமும் பானுவும் ஒருவரையொருவர் பார்த்துக்கொண்டு நின்றனர்.

'ஒரு நூறு வருஷங்களுக்கு முன்னாலே போயிட்ட மாதிரி இருக்கு.' என்றாள் பானு.

'நம்முடைய பரிபூரண சுதந்தரத்தை உணர்ந்துகொள்வதற்கான சந்தர்ப்பம்' என்றான் அமிர்தம்.

அங்கு போடப்பட்டிருந்த பழைய நாற்காலியொன்றில் உட்கார்ந்து கொண்ட பானு சிரித்தாள்.

'ஏன் சிரிக்கறே?'

'எப்போ பழைய தில்லிக்கு ஓடி வந்து, யாரும் பார்க்காம இருக்கிறதுக்காக இந்த ஷாஜஹான் காலத்து ஹோட்டல்லே தங்க வந்திருக்கீங்களோ, அப்போ உங்களுக்கு சுதந்தரத்தைப் பத்தி என்ன பேச்சு? யாரைக் கண்டு பயந்து இந்தத் தலை மறைவு?'

அமிர்தம் இதை எதிர்பார்க்கவில்லை. யாரைக் கண்டு பயம்? அவள் சொல்வதுபோல், 'பரிபூரண சுதந்தரம்' என்பது எதிர்ப்பே சாத்தியமில்லாத, கண்காணாத இடத்தில் தன்னை அடைத்துக் கொள்ளும் வீரமா? ஆனால், இதை உணர்ந்தும் அவள் தன்னுடன் இங்கு வருவதற்கு ஏன் உடன்பட்டாள்? புதிய அனுபவத்தை நாடும் ஆவலா? அல்லது தனக்கு எவ்வளவு துணிச்சல் இருக்கிறது என்று அறிய முற்படும் பரிசோதனையா?

'உங்களுக்குக் கோபமா?'

'ஹூம்...' என்று பெருமூச்செறிந்த அமிர்தம், பிறகு ஏதோ நினைத்துக் கொண்டவன்போல் பரபரப்புடன் 'இல்லே, இல்லே' என்றான்.

பானு, நாற்காலியிலிருந்து எழுந்திருந்து கட்டிலில் போய் உட்காரப் போனாள். உட்காருவதற்கு முன்னால் அதன் மேல் விரிக்கப்பட்டிருந்த அந்தப் போர்வையை எடுத்தாள். உள்ளே மிகவும் அழுக்காக இருந்த மெத்தை வாடை 'குப்'பென்று வீசியது.

'கஷ்டம்! கஷ்டம்!' என்று முகத்தை அவள் சுளித்துக் கொண்டாள்.

'ஸாரி, வேறே எங்கேயாவது போகலாம்...' என்றான் அமிர்தம்.

பானு அந்தப் படுக்கையை அள்ளிக் கீழே போட்டாள். கட்டிலின் நாடா, படுக்கையைக் காட்டிலும் இன்னும் மோசமாக இருந்தது.

கட்டில் ஓரத்தில் உட்கார்ந்து கொண்டாள் பானு. 'முன்னாலே இங்கு வந்திருக்கீங்களோ?' என்று அவள் கேட்டாள்.

'நீ என்ன நினைச்சுக் கேட்கிறே?'

'இதற்கு முந்தி நீங்க இங்கே வந்திருக்கேளா?'

அமிர்தம் பதில் கூறவில்லை. நேற்று அவன் அவளிடம் தன் பழைய வாழ்க்கையைப் பற்றிச் சொல்ல முயன்றான். அவள் கேட்கத் தயாராக இல்லை. ஆனால், இப்பொழுது அவள் மிக அலட்சியமான பாவத்துடன் இந்தக் கேள்வியைக் கேட்கிறாள். தன்னுடைய எந்தவிதமான பதிலைப் பற்றியும் அவள் கலைப்படவில்லை என்ற பாவனை.

'பானு. உன்னிடம் சில விஷயங்களைப் பற்றிப் பேச ஆசைப் படறேன்.'

அவள் சற்று ஆச்சரியத்துடன் அவனைப் பார்த்தாள். 'என்ன இப்படி... என்னிடம் சம்மதம் பெற்றுத்தான் நீங்கள் பேசணுமா?'

அவன் நாற்காலியில் உட்கார்ந்தான். அது கொஞ்சம் இடது புறமாகச் சாய்ந்தது. சமாளித்துக் கொண்டான்.

'அப்போ நான் சொல்லப்போவதை நீ கேட்கத் தயாரா?'

'சொல்லப்போவதைப் பொறுத்தது.'

'நான் திலகத்தைக் கல்யாணம் செய்துக்கிறதுக்கு முன்னாலே இன்னொரு பெண்ணோட சிநேகிதமா இருந்தேன். அவள் பேர் நித்யா.'

'இது அவசியம் தேவையா?'

'எது?'

'அவள் பெயர்...'

அமிர்தம் சிறிது அதிர்ச்சிக்குள்ளானான். வாஸ்தவந்தான் அவளுடைய பெயரைத் தான் எதற்காகச் சொல்லியிருக்க வேண்டும்?

'சரி. அதை மறந்துவிடு, அவள் உன் மாதிரியே இருந்தாள். அதாவது தோற்றம். பேச்சு எல்லாம்.'

பானு சிரித்தாள். தான் சீரியஸாகப் பேசும்போது, அவள் சிரித்தது அவனுக்குப் பிடிக்கவில்லை.

'என்னைக் கேலி பண்ணறயா?'

'இல்லே! இல்லே! அவளுடைய பிம்பத்தைத் துரத்திண்டு அலையறீங்களோன்னு எனக்குச் சந்தேகம். அதுக்காகச் சிரிச்சேன்.'

'அவளைக் கல்யாணம் செய்துக்க முடியலே என்னாலே.'

'கல்யாணம் செய்துண்டா இமேஜ் ஏது?' இப்படித் துரத்திண்டு போறதுதான் உங்களுக்குத் திருப்தியைத் தர்றதோ என்னவோ?'

'ஒருவேளை நீ சொல்வது சரியாயிருக்கலாம். அவளைக் கல்யாணம் பண்ணிக்கிட்டிருந்தால் என்ன ஆகியிருக்கும்?'

''இதுதான் நித்யா'ன்னு நீங்க மனசிலே நினைச்சிண்டிருந்தீங்க, அந்தப் பொண்ணை நீங்க கல்யாணம் பண்ணிக்கலேன்னு தெரிஞ்சிருக்கும். நீங்க சிநேகமாயிருந்து பேசிப் பழகிய நித்யா வுக்கும் கல்யாணம் பண்ணிண்ட நித்யாவுக்கும் இடையில் ரொம்ப வித்தியாசம் இருப்பதைப் புரிஞ்சுக்கிட்டிருப்பீங்க?' என்றாள் பானு.

'நீ ரொம்பக் கொடுமைக்காரி' என்றான் அமிர்தம், பானுவிடம்.

'கொடுமை என்ன இதிலே? ஏதானும் ஒரு காரணத்தினாலே நமக்குப் பிடிச்சவங்களை லட்சியப்படுத்திப்பார்க்கிறதுதானே நம்ம சுபாவம்? ஆனால் அவங்க, நாம அவங்க எப்படி எப்படி இருக்கணும்னு நினைக்கிறோமோ அப்படி இருக்கணும்னு அவசியம் இல்லையே'

'நீ என்னைப் பத்திப் பேசறயா, இல்லே உன்னைப் பத்தியா?'

பானு புன்னகை செய்தாள். 'நீங்க ரொம்பக் கெட்டிக்காரர் அமிர்தம்.'

'நீ என்னைப் பத்தி என்ன நினைச்சே?'

'இந்த ஹோட்டலுக்கு நீங்க என்னைக் கூட்டிட்டு வருவீங்கன்னு நான் எதிர்பார்க்கலே. நேத்து ராத்திரி என்ன நடந்திருக்கும்னு புரியறது. உங்க நிழலைக் கண்டே உங்களுக்கு இவ்வளவு பயமா?'

'இந்த ஹோட்டலுக்கு அழைச்சுக்கிட்டு வந்ததைப் பத்தி உனக்கு அவ்வளவு கோபமா?'

'ஆல்ரைட், உங்க மனைவியை விவாகரத்து பண்ணிட்டு என்னைக் கல்யாணம் பண்ணிக்கத் தயாரா நீங்க?'

'என்னது?' - அமிர்தத்தின் குரல் ஓங்கி ஒலித்தது. அதை அவனால் கட்டுப்படுத்த முடியவில்லை.

பானு சிரிக்கத் தொடங்கினாள். சிரித்து ஓய ஒரு நிமிஷம் பிடித்தது.

'அந்தப் பெண் - அவள் பேர் என்ன சொன்னீங்க? - நித்யாவா? அவளை ஏன் உங்களாலே கல்யாணம் பண்ணிக்க முடியலேன்னு புரியறது. உங்களுக்கு இருக்கிற தைரியம், இந்த ஹோட்டலுக்கு என்னைக் கூட்டிண்டு வந்ததிலிருந்தே தெரிஞ்சது. உங்களிடம் எனக்கிருந்த மரியாதையை இழந்து விட்டீர்கள். மிஸ்டர் அமிர்தம்.'

அமிர்தத்துக்குச் சாட்டையால் அடிபட்டது போலிருந்தது. கட்டிலிலிருந்து அப்புறப்படுத்திய அந்த அழுக்குப் படுக் கையைப்போல், அவன் குண இயல்பை ஓர் அழுக்கு மூட்டையாகச் சுற்றி மூலையில் எறிந்து விட்டாள்.

திலகத்துடன் விவாகரத்து என்பது நினைத்துக்கூடப் பார்க்க முடியாத காரியம். அவள் ஒருக்காலும் சம்மதிக்க மாட்டாள். கணவனை மையமாக வைத்து எழுந்த சமூக தர்மத்தை வெறும் சட்டத்தின் மூலமாகச் சீர்திருத்தம் செய்ய முடியுமா? திலகத்துக்கும் அவன் மீது மனப்பூர்வமான ஈடுபாடு இருக்கும் என்று சொல்ல முடியாது. ஆனால், நம் சமூகத்தில் கணவனைக் காட்டிலும் கணவன் எனப்படும் ஸ்தானத்துக்குத்தான் மதிப்பு அதிகம் என்று பானுவே நேற்று சொன்னாள். இன்னும் சொல்லப்போனால், ஒரு பெண் சுமங்கலியாக இருப்பதற்கு அவள் கணவன் காரணம் என்பதினால்தான் அவனுக்கு மதிப்பு. இந்தச் சமூகத்தை எதிர்த்துப் போராடக்கூடிய துணிவு தன்னிடம் இருக்கிறதா?

'சரி, போகலாமா?' என்று எழுந்திருந்தாள் பானு.

'உனக்குப் புறப்பட விருப்பமானால் சரி. ஆனால், நான் சொல்றதையும் நீ கொஞ்சம் கேட்கணும். நாம இப்ப இருக்கிறது ஓர் இரண்டுங்கெட்டான் சமூகம். ஐம்பது வருஷங்களுக்கு முன்னாலே எங்க தாத்தாவுக்கு மூணு பெண்டாட்டிகள். யாரும் புருவத்தை உயர்த்தலே, நாம இப்ப இருக்கிறது பெண்களை மதிக்கிற சமூகம்னு பேரு. ஒருவனுக்கு ஒருத்திங்கிற நியாயம். பெண்களும் 'விவாகரத்து' செய்யலாம்னு சட்டம் சொல்றது. ஆனால், எவ்வளவு பேர் செய்வாங்க? புது தர்மத்திலேயும் புகுந்துக்க முடியாம, பழசும் அநாகரிகம்னு சொல்லிக்கிட்டு அவஸ்தைப்படறோம்.'

'சரி, போகலாமா?'

அமிர்தம், அவளைச் சிறிது கோபத்துடன் பார்த்தான். அவள் கைகளைக் கட்டிக்கொண்டு வேறு எங்கோ பார்த்துக் கொண்டிருந்தாள்.

அறையின் பூட்டை எடுத்துக் கொண்டு வெளியே போகப் புறப்பட்டான் அமிர்தம்.

அஜ்மிர் கேட்டைத் தாண்டி, ஹார்டின்ஜ் பாலம் வரும்வரை இருவரும் பேசாமலேயே வந்தார்கள். கனாட் ப்ளேஸ் வந்ததும் பானுதான் முதலில் பேசினாள்.

'எனக்கு இதுவரை பையன்களைக் கண்டால் பிடிக்காம இருந்தது. ஆனால், இப்பத்தான் புரியறது. ஆண்களைப்

பொறுத்தவரை, சின்னவங்க பெரியவங்கன்னு ஒண்ணும் கிடையாது. எல்லாரும் முட்டாள்கள். நான் சொல்றது சரிதானே?

அமிர்தம் பதில் கூறவில்லை.

'உங்களுக்கும் உங்க மனைவிக்கும் உள்ள பொருத்தமில்லாத தன்மையை ஓர் லட்சிய வேகத்தோட புரிஞ்சிண்டு நான் அனுதாபப்பட்டது வாஸ்தவம்தான். ஆனால், உங்க மாதிரி இருக்கிறவர்களுக்கு, அதாவது தைரியமில்லாம ஒரு சோகக் காவியத்தின் கதாநாயகன் மாதிரி, ஒடிஞ்சு போன இறக்கைகளை ராக்கெட்னு நினைச்சுண்டு பறக்கப் பார்க்கிற, அரை வேக்காட்டுக் கலைஞர்களுக்கு ஒரு பிரச்னை ஏற்பட்டால் அதைச் சமாளிக்கிற தெம்பு கிடையாது. சந்தர்ப்பம் கிடைச்சால் அதை அந்தச் சமயத்திலே பயன்படுத்திக்கணும்னு நினைக்கிற சுயநலந்தான் உங்களுக்கு... எனக்கு ஆண்கள் என்றாலே சலித்துப் போச்சு...'

'ஆண்களை வெறுக்கிற பெண் இனம் ஒண்ணு மேல்நாட்டிலே உண்டுன்னு கேள்விப்பட்டிருக்கேன்' என்றான் அமிர்தம்.

'நீங்க என்ன சொல்றீங்க?'

'அந்த மாதிரி நீயும் ஆயிடுவே.'

'இதென்ன சாபமா, வாழ்த்தா?'

அமிர்தம் ஒன்றும் பேசாமல் காரை விட்டுக் கொண்டு வந்தான். ஒவ்வொரு பெண்ணிடத்தும் ஆணை வெறுக்கும் தன்மை நிழலாடிக் கொண்டிருக்குமோ? அதே மாதிரி ஒவ்வோர் ஆணிடத்தும் பெண்ணை வெறுக்கும் இயல்பு, அடிப்படையில் ஒளிந்து கொண்டிருக்குமோ? டான்-யுவான், பெண்களை வெறுப்பவன் என்று மனோதத்துவ அறிஞர்கள் சொல்லுவார்கள். பாலுறவு என்பது ஆணோ பெண்ணோ ஒருவர் மீது ஒருவர் தீர்க்கும் வஞ்சினமோ?

ஒருவேளை, தான் அவளிடத்து நித்யாவைப் பற்றிச் சொல்லியிருக்கக் கூடாதோ? இதனால், தான் பாதிக்கப்பட்டதை நேராகச் சொல்லாமல் புத்திசாலித்தனமாக வேறு காரணம் காட்டி விலகிக்கொள்ள முயல்கிறாள். 'நீ என் மாஜிக் காதலி மாதிரி

இருக்கிறாய் என்ற காரணத்தால் உன் மீது எனக்கு ஈடுபாடு...' என்றால், சுயமதிப்புள்ள எந்தப் பெண் இதை விரும்புவாள்?

கார், சப்தர்ஜங் விமான நிலையம் அருகில் வந்து நின்றது. குடியரசு தினத்தையொட்டி ஒத்திகை நடத்திக் கொண்டிருந்த ஹெலிகாப்டர்கள், ஆகாயத்தினின்றும் கீழே இறங்கிக் கொண் டிருந்தன. அதனால் கேட் சாத்தப்பட்டிருந்தது.

'ஹெலிகாப்டர்கள் பூமிக்கு வந்தாச்சு' என்றான் அமிர்தம். பானு புன்னகை செய்தாள். 'முதல் முதல்லே உன்னைப் பார்க்கிற போது, ரொம்ப சிம்பிள் கேர்ல்னு நினைச்சேன்.'

பானு இதற்கும் புன்னகை செய்தாள்.

'இன்னொன்னு சொல்லலாமா?' என்றான் அமிர்தம்.

'ஓ... பேஷா சொல்லலாம்.'

'நித்யாவைப் பற்றிச் சொன்னதாலே உனக்குக் கொஞ்சம் பொறாமையோ?'

'பானு வாய்விட்டுப் பெரிதாகச் சிரித்தாள்.

கேட் திறந்தது. அமிர்தம் காரைக் கிளப்பினான். எதற்காக இப்படிச் சிரிக்கிறாள் இந்தப் பெண்?

'இந்த மாதிரி நினைக்கிறதினாலே உங்களுக்குச் சந்தோஷம் ஏற் பட்டால் எனக்கு ஆட்சேபணை இல்லை. அப்படியே நினைச்சுக் குங்க.'

அவன், காரை லட்சுமிபாய் நகர் பக்கமாகத் திருப்பினான்.

'கடைசி முறையாக இந்தப் பக்கம் வரேன். இனிமே வர மாட்டேன்னு நினைக்கிறேன்' என்றான் அமிர்தம்.

'இவ்வளவு சீக்கிரம் ஒருத்தராலே சென்டிமெண்ட்டலாக முடி யும்னா, அவர்கிட்டே அடிப்படையிலே ஏதோ கோளாறுன்னு அர்த்தம்' என்றாள் பானு.

'சரி. உன் இடம் வந்தாச்சு.'

அவள் காரிலிருந்து கீழே இறங்கியதும், அவன் அவளிடம் விடைகூடப் பெற்றுக்கொள்ளாமல், காரைத் திருப்பி ஐ.என்.ஏ. காலனிப் பக்கம் ஓட்டிச் சென்றான்.

அவன் வீட்டுக்குச் சென்றபோது அது பூட்டியிருந்தது.

திலகம் ஒருவேளை மார்க்கெட்டுக்குப் போயிருப்பாளோ? சாதாரணமாக அவள் இந்த நேரத்தில் போவதில்லை. பூட்டியிருந்த கதவு, அவன் நெஞ்சில் சூன்யத்தை விரித்தது. சிறிது நேரம் அதைப் பார்த்துக்கொண்டு அப்படியே நின்றான். திரும்பிப் போய்விடலாமா?

எங்கே போவது? அவன் யாருக்கும் தேவையில்லை. உலகம் அவனைச் சீண்டிச் சீண்டி விளையாடுகிறது. எல்லோரும் ஒதுங்கி நின்று அவன் தடுமாற்றத்தைக் கண்டு கைகொட்டிச் சிரிக்கி றார்கள்.

உள்ளே போகலாமா? அவனிடம் எப்போதும் ஒரு சாவி உண்டு. உள்ளே போனால் தனிமை விசுவரூபம் எடுத்து அவனை அச்சுறுத்துமோ?

ஹிந்து பத்திரிகை கதவோரமாகக் கிடந்தது. சாயந்திரம் ஐந்து மணிக்கே இப்பத்திரிகை வருவது வழக்கம். அப்படியானால், திலகம் ஐந்து மணிக்கு முன்னாலேயே புறப்பட்டுப் போயிருக் கிறாள். எங்கே போயிருப்பாள்?

அவன் கதவைத் திறந்துகொண்டு உள்ளே போனான். வீடு வெறிச்சென்றிருந்தது.

மேஜையின் மீது ஒரு கடிதம். அவசரமாகச் சென்று அதை எடுத்துப் பார்த்தான் அமிர்தம்.

'நீங்கள் எங்கே யாருடன் சென்றீர்கள் என்று எனக்குத் தெரியும். எதற்காக இந்தக் கணவன் - மனைவி நாடகம்? என்னைப் பார்த்துக்கொள்ள எனக்குத் தெரியும்? திலகம்'

இதைப் படித்துமுடித்த பிறகு, அவன் உடம்பு லேசாக ஆடியது. கையில் இருந்த காகிதத்தைக் கசக்கிப் பையில் போட்டுக் கொண்டான்.

பானுவின் அம்மாதான் வேவு பார்த்து இவளிடம் சொல்லி யிருக்க வேண்டும். அவனுக்குக் கோபம் கோபமாக வந்தது.

திலகத்தால் எங்கு போக முடியும்? அவளுக்கு நெருக்கமான சிநேகிதம் என்று யாரும் கிடையாது. பக்கத்தில் உள்ள இடங்

களைத் தவிர சற்றுத் தொலைவான இடங்களுக்கு அவள் தனித்துப் போவதில்லை.

பக்கத்து பிளாக்கிலிருந்த மிஸஸ் ஐயர் வீட்டுக்குப் போன் செய்தான்.

ஐயர் போனை எடுத்தார். 'எஸ். ஐயர் ஹியர்...'

'நான்தான் அமிர்தம். எங்க வீட்டிலே அங்கு வந்திருக்காங்களா?'

'உங்க வீட்டிலியா? இல்லியே. இருங்க, கேக்கறேன்; இதோ பாரு... இங்கே வா... மிஸஸ் அமிர்தம் எங்கே போயிருக்காங்க தெரியுமா? தெரியாதா? தெரியாதாமே. ஏன் என்ன ஆச்சு?'

'நன்றி. மார்க்கெட்டுக்குப் போயிருப்பாள்னு நெனைக்கிறேன்.'

அவன் அதற்குமேல் பேச்சைத் தொடர விரும்பாமல் போனைக் கீழே வைத்தான்.

அவன் இன்னும் ஐந்தாறு இடங்களில் விசாரித்தான். ஒரே பதில். 'ஏன் என்ன ஆச்சு?' - அவனுக்கு எரிச்சலாக வந்தது.

ஒருவேளை வீட்டிலேயே இருந்துகொண்டு அவனைப் பரீட்சிக்கின்றாளோ? அவன், அறை அறையாகத் தேடினான். சே. என்ன முட்டாள்தனம். அவள் வீட்டைப் பூட்டிக்கொண்டு போயிருக்கிறாள். வீட்டில் தேடினால்?

டைனிங் டேபிளில் அவன் இரவுச் சாப்பாடு மூடி வைக்கப் பட்டிருந்தது. சமையலைச் செய்து எடுத்து வைத்துவிட்டுப் போயிருக்கிறாள்.

இப்பொழுது என்ன செய்வது? போலீஸில் சொல்ல வேண்டியது தானா? 'என் மனைவியைக் காணோம், தேடித்தாருங்கள் என்றா? சே. என்ன வெட்கக்கேடு! காலையில் பார்த்துக் கொள்ளலாம். அதற்குள் அவள் ஏதாவது செய்துவிட்டால்? அப்படியெல்லாம் அவள் செய்யக் கூடியவளல்ல.

அவன் வாசற்கதவைச் சாத்திவிட்டு விளக்கை அணைத்த பிறகு அப்படியே கட்டிலில் சாய்ந்தான். பன்னிரண்டு வருஷங்களை மறந்துவிட வேண்டுமென்று அவன் எண்ணியது இதோ

நிறைவேறியிருக்கிறது. இன்றிரவு அவனுக்குத் துணை, அவன் தனிமையும், கனவுகளும்தாம்!'

'உலகத்தையே வீடாகக் கொண்டு ஒரு நிலையிலும், உலகத்தையே வெளியாகக் கொண்டு மற்றொரு நிலையிலும் மனிதன் வாழ்கிறான்' என்பது எவ்வளவு உண்மை! மானிடஇயல் கற்பிக்கும் சமூகப் பொறுப்புகளைச் சுமந்துகொண்டு முதல் நிலையில் வாழ வேண்டும். இரண்டாவது நிலையில், மனிதன் தன் சுதந்தரத்தின் எல்லையை உணர்கிறான். ஆனால், இச் சுதந்தரம் தனக்கு இப்போது சந்தோஷத்தைத் தருகின்றதா?

வீட்டின் நிசப்தம், இருளோடு சேர்ந்து சதி செய்து அவனைப் பயமுறுத்தியது. கட்டிலில் பக்கத்தில் கிடந்த வெறுமை, 'நீ உன் சுதந்தரத்தை அனுபவிக்கின்றாயா?' என்று கேட்பது போலிருந்தது.

'சாப்பிட வர்றீங்களா?' - குரல் மிகச் சன்னமாக டைனிங் டேபிள் அருகிலிருந்து ஒலித்தது. அங்கு வரிசையாக அடுக்கப்பட்டிருந்த பாத்திரங்களைத் தவிர வேறொன்றுமில்லை.

அவன் எழுந்து பால்கனிக்குச் சென்றான். எதிரே வரிசை வரிசையாக ஆஸ்பத்திரிக் கட்டடங்கள் மாடி மாடியாக ஒளிபூத்து நின்றன. உலகத்தையே வெளியாகக் கொண்டு நிற்கும் நிலையில் அவன் ஒரு சின்னஞ்சிறு புள்ளி. இந்தப் புள்ளிக்குத்தான் சிந்தனை, தன்வயமான தர்மம் எல்லாம்!

மந்தையிலிருந்து விலகிச் செல்ல முயன்ற புரட்சி ஆடு, பொறி யில் அகப்பட்ட எலி, விடுதலையைக் கண்டு பயப்படுகின்றது. சமூகம் என்பது தவிர்க்க முடியாத சிறை! ஒன்று ஞானியாக இருக்க வேண்டும், இல்லாவிட்டால் பைத்தியமாக இருக்க வேண்டும். 'தன்வயமான தர்மம்' என்பது அப்பொழுதுதான் சாத்தியம்.

பொறிதான் சொர்க்கம்... அவன், மீண்டும் கட்டிலில் வந்து படுத்துக் கொண்டான். அர்த்தமில்லாத வாழ்க்கைக்கு அர்த்தத்தைக் கற்பித்துக்கொண்டு வாழ்வதுதான் விவேகம். தலையைப் பிய்த்துக்கொண்டு, சூன்யத்தில் ஒடிந்துபோன இறக்கைகளைக் கொண்டு பறக்க முடியுமா? இறக்கைகளில் சிறிது 'ஒளி' இருப்பதுதான் அவன் துர்ப்பாக்கியம்.

உலகம் வீடாக இருந்துவிட்டுப் போகட்டும். தன்னால் தனித்து இருக்க முடியாது. திலகத்தைத் தேடியாக வேண்டும். தனித் திருக்கும்போதுதான், தானே தனக்குப் பிரச்னை என்று அவனுக்குப் புரிகின்றது. திலகத்தால்தான் அவனை அவனிட மிருந்து காப்பாற்ற முடியும். திலகம் எங்கே?

அப்பொழுது டெலிபோன் ஒலித்தது.
